சாரு நிவேதிதா

சாரு நிவேதிதா

தேர்ந்தெடுத்த சிறுகதைகள்

தேர்வும் தொகுப்பும்

ந.முருகேசபாண்டியன்

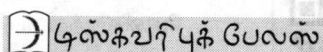

டிஸ்கவரி புக் பேலஸ்

கே.கே.நகர் மேற்கு, சென்னை - 600 078.

(பாண்டிச்சேரி கெஸ்ட் ஹவுஸ் அருகில்)

Ph: 044 - 4855 7525 Mobile: +91 87545 07070

சாரு நிவேதிதா
தேர்ந்தெடுத்த சிறுகதைகள்
தேர்வும் தொகுப்பும்: **ந.முருகேசபாண்டியன்**©

Charu Nivedita Thernthedutha Sirukathaigal
Compiled by: **N. Murugesapandian**©

First Edition: Jan - 2019
Pages: 128 - ISBN: 978-93-86555-86-1

Published by :

Discovery Book Palace (P) Ltd,
6, Mahaveer Complex, Munusamy Salai,
K.K.Nagar West, Chennai-600 078.
Ph: +91 44 48557525
Mobile: +91 87545 07070

E-mail: **discoverybookpalace@gmail.com**,
Website: **www.discoverybookpalace.com**

Rs. 150

இந்த நூலில் பிரசுரமாகியுள்ள எந்த ஒரு பகுதியையும் பதிப்பாளரின் எழுத்துபூர்வமான முன்அனுமதி பெறாமல் எடுத்தாள்வதோ, மறுபிரசுரம் செய்வதோ, மொழியாக்கம் செய்வதோ, அச்சு மற்றும் மின்னணு ஊடகங்களில் மறுபதிப்பு செய்வதோ, காப்புரிமை சட்டப்படி தடை செய்யப்பட்டுள்ளது. இந்த நூலிலிருந்து குறிப்பிட்ட பகுதிகளை மேற்கோள்காட்டி புத்தக விமர்சனம் செய்ய, ஊடகங்களுக்கு மட்டும் அனுமதி உண்டு.

உங்கள் மொபைல் போனிலிருந்து ஸ்கேன் செய்து டிஸ்கவரி புக் பேலஸின் மொபைல் ஆப்பை டவுன்லோடு செய்து, புத்தகங்களை வாங்குங்கள்.

கருப்பு நகைச்சுவையும் சுய பகடியும் கலந்த கதைகள்

1981 ஆம் ஆண்டு, கோவை மாநகரில் நடைபெற்ற 'இலக்கு' கருத்தரங்கில், 'சாரு' என்று அழைக்கப்படுகிற சாருநிவேதிதாவை முதன்முதலாகப் பார்த்தேன். மதுரை நிஜ நாடக இயக்கம், கருத்தரங்கில் நடத்திய வீதி நாடகங்களில் நடிப்பதற்காக நானும் போயிருந்தேன். தீவிரமான இடதுசாரிப் பின்புலத்தில் பல்வேறு தரப்பினர் பங்கேற்ற அந்தக் கருத்தரங்கு அரசியல்ரீதியில் முக்கியமானது. மாறுபட்ட தோற்றத்தில் கவர்ச்சிகரமாக விளங்கிய இளைஞரான சாருவின் உடல்மொழியும், கருத்தரங்கில் தீவிரமாக எதிர்வினையாற்றிய செயலும் பல்கலைக்கழக மாணவனான எனக்குப் பிடித்திருந்தன. அன்றைய காலகட்டத்தில் கணையாழி பத்திரிகையில் பிரசுரமாகி யிருந்த சாருவின் 'முள்' கதை வித்தியாசமான கதைசொல்லல் காரணமாக, பலருடைய கவனத்தையும் கவர்ந்திருந்தது. அதன்பின் வெளியான சாருவின் 'கிரிக்கெட்டை முன்வைத்துப் புத்திஜீவிகளுக்கு ஒரு முட்டாள் சொல்லிக்கொண்டது', 'கர்நாடக முரசும் நவீன தமிழ் இலக்கியத்தின்மீதான ஓர் அமைப்பியல் ஆய்வும்', 'நேநோ' போன்ற கதைகள், இறுகிக் கெட்டிதட்டி யிருந்த தமிழர் மனங்களில் அதிர்ச்சியை ஏற்படுத்தின. மாறுபட்ட மொழியில் விரிந்திடும் கதைசொல்லலும், கதையாடலில் பொதிந்திருக்கிற பாலியலும், வன்முறையும் தமிழில் இதுவரை சொல்லப்பட்ட கதைப்போக்கை மறுதலித்தன. அதேவேளையில், சாருவின் தடாலடியான விமர்சனங்களும், வித்தியாசமான நாடக முயற்சிகளும், இலக்கியக் கூட்டத்தில் அதிரடியான பேச்சுகளும் அவரை கலகக்காரனாகச் சிறுபத்திரிகை

சார்ந்த இலக்கிய உலகில் கட்டமைத்தன. அன்றைய காலகட்டத்தில், சிறுபத்திரிகைக்காரன் என்றால் கலகக்காரன் என்ற பிம்பம் உருவாவதற்கு சாருவும் அவருடைய சகாக்களும் ஒரு காரணம். அதற்குப்பின்னர் ஜீரோ டிகிரி முதலான நாவல்கள், வித்தியாசமான கட்டுரைகள் எனச் சாரு எழுதிய எழுத்துகள், அவருடைய 'கலகக்காரன்' பிம்பத்திற்குப் பொருந்திப்போயின. அவ்வப்போது அரசியல், திரைப்படம் தொடர்பாகச் சாரு தெரிவிக்கிற முரண்பாடான கருத்துகள் காரணமாக, அவரை அராஜகவாதியாகச் சிலர் கருதுகின்றனர். அண்மையில், சாரு எழுதிய சிறுகதைகளை ஒட்டுமொத்தமாக வாசித்தபோது, சிறுகதை உலகில் அவருடைய தனித்துவம் புலப்பட்டது. எழுபதுகளில் நட்சத்திரமாக மின்னிய சிலரின் சிறுகதைகளை இன்று மறுவாசிப்புள்ளாக்கும்போது அலுப்பாக இருக்கிறது. முன்னர் கொண்டாடப்பட்ட சில படைப்பாளர்கள் இலக்கிய வரலாற்றில் பெயர்களாகக்கூட இடம்பெறாத நிலை ஏற்பட்டிருக்கிறது. சாருவின் இலக்கிய பிம்ப ஆளுமையில், சிறுகதைகள் ஒப்பீடற்றவை என்று தொடக்கத்திலே சொல்வதில் எனக்குத் தயக்கம் எதுமிவுமில்லை. சாரு என்ற பெயர் பொதுப்புத்தியில் உருவாக்கியிருக்கிற கருத்துகளைப் புறந்தள்ளிவிட்டு அவர் எழுதியுள்ள 63 கதைகளை வாசிக்கும்போது ஏற்படுகிற அனுபவங்கள்தான் முக்கியமானவை.

சாரு, இலக்கிய உலகில் நுழைந்த எழுபதுகள் காலகட்டம், அரசியல் ரீதியில் நெருக்கடியானது. இந்தியாவெங்கும் நக்சல்பாரி இயக்கத்தில் சேர்ந்து புரட்சிக்கான ஆயத்தங்களில் ஈடுபட்ட இளைஞர்களின் எண்ணிக்கை பெருகிக்கொண்டிருந்தது. காங்கிரஸின் ஆட்சியதிகாரத்தில் பிரதமர் இந்திரா காந்தி அமல்படுத்திய நெருக்கடி நிலையானது நாடெங்கும் பெரிய அளவில் பாதிப்புகளை ஏற்படுத்தியிருந்தது. வேலையில்லாத் திண்டாட்டம் காரணமாக, படித்த இளைஞர்களிடையில் ஒருவிதமான நம்பிக்கை வறட்சியும் விரக்தியும் நிலவின. இத்தகைய சூழலில் எழுதத் தொடங்கிய சாரு, அன்றைய பெரும்பான்மையான இலக்கியவாதிகளைப் போலவே இடதுசாரிக் கருத்தியலில் நம்பிக்கை கொண்டிருந்தார் என்பது அவருடைய புனைவு எழுத்துகளில் வெளிப்பட்டுள்ளது. புதுதில்லியில் அரசு அலுவலகத்தில் பணியாற்றியபோது எதிர்கொண்டிருந்த பொருளியல் சிக்கல்கள் ஒருபுறமும், சராசரி தமிழர் சமூகப் பண்பாட்டு வாழ்க்கையுடன் பொருந்திப்போகவியலாமல் குழம்பிய மனநிலை இன்னொருபுறமும் எனச் சாரு உழன்றுகொண்டிருந்தார். அதுவரை, எழுத்து எனில் ஒருவகையான புனிதப்பொருள் என்ற பிரேமையைச் சிதிலமாக்கி, விளிம்புநிலையினர்குறித்து கலக மொழியில் எழுதிய சாருவின் புனைவெழுத்துகள் விவாதிக்கப்பட வேண்டியவை.

சாருவின் கதையாடலில் முக்கிய அம்சங்களாகச் சுய பகடியும், அங்கதமான விவரிப்பும் தொடர்ந்து வெளிப்படுகின்றன. இக்கட்டான சூழலில்கூட விலகி நின்று, தன்னை அந்நியனாக பாவித்துச் சொல்லப்பட்டுள்ள

மொழியில் சாருவின் கதைகள், வெளியெங்கும் மிதக்கின்றன. குழப்பமும் நெருக்கடியும் நிரம்பிய சூழலிலும் சாரு புனைந்திடும் எள்ளல் என்பது ஒருவகையில் உளவியல் மருத்துவர் ஃபிராய்டு குறிப்பிட்டிருக்கிற கருப்பு நகையுணர்வுதான் (Black Humour). மனிதனின் அகத்தில் அடங்கியொடுங்கி நினைவிலி நிலையில் பொதிந்திருக்கிற அச்சமானது, நரம்புகளை அதிரச்செய்யும் நகையுணர்வாக மாற்றீடு செய்யப்பட்டு வெளிப்படுவது கருப்பு நகைச்சுவையின் ஆதாரமாகும். சூழலில் ஆதிக்கம் செலுத்துகிற அதிகாரம் அல்லது வன்முறையின் கசப்பை புனைவு மொழியின்மூலம் மெல்லிய நகைச்சுவையுடன் வாசகரின் மனதில் உறையச்செய்கிற செயலை சாருவின் கதைகள் செய்கின்றன. கிரிக்கெட்டை முன்வைத்துப் புத்திஜீவிகளுக்கு ஒரு முட்டாள் சொல்லிக்கொண்டது கதை, எழுத்தாளன் என்றநிலையில் தன்னை முன்வைத்து சூழலைப் பகடிக்குள்ளாக்குகிறது. தொடர்ச்சியறு முறையில் சொல்லப்பட்டுள்ள பிரதியானது, பின்னப்பட்ட நிலையில் வேறுபட்ட தளங்களில் விரிந்துள்ளது. தில்லி வாழ்க்கை, எழுத்துச் சூழல், பாலியல்குறித்த பேச்சுகள் எனப் பல்வேறு தகவல்களால் ததும்பிடும் கதைகள் மேலோட்டமாக கேலியான தொனியில் புனையப்பட்டாலும். புதைநிலையில் கருப்பு நகைச்சுவை வெளிப்படுகிறது.

இந்திரா காந்தி கொல்லப்பட்டபோது, தில்லியில் சீக்கிய இனத்தவர்மீது நடத்தப்பட்ட வன்முறையும் கூட்டக்கொலையும் அராஜகமும் குறித்துத் தமிழகத்தில் வாழ்கிற தமிழர்கள் விரிவாக அறியாதவர்கள். வகுப்புக் கலவரத்தின்போது நடந்த வன்முறையானது மனித உடல்கள்குறித்த பிரக்ஞையை குறிப்பிட்ட எதிர்பிரிவினரிடம் அழித்துவிட்டது. இந்து மதத்தை முன்னிறுத்தி வெறியூட்டப்பட்ட உடல்கள், ஏதோ ஒருவகையில் எதிராகப் புனையப்பட்ட அப்பாவி உடல்களை அழித்தொழிப்பது என்பது வரலாற்றின் கொடூரமாகும். இந்து மதத்தின் வன்முறை அடையாளம் உக்கிரத்துடன் வெளிப்படும் பிளாக் நம்பர் 27: திர்லோக்புரி என்று சாரு விவரித்துள்ள கதையானது, தமிழ்க் கதையாடலில் இதுவரை யாரும் எழுதிடாத தளத்தில் விரிந்துள்ளது. மதமானது, கலவரம் என்ற பெயரில் தீயில் கரியாக்கிய மனித உடல்களைத் தெருவில் வீசிக்கொண்டிருந்த சூழலில், சீக்கியர்களைத் தங்களுடைய வீட்டில் ஒளித்துவைத்துப் பாதுகாத்திட்ட இந்துக்களின் செயல்கள் கவனத்திற்குரியன. ஏன், இப்படி மனிதர்கள், சக மனிதர்கள்மீது ஏதோவொரு அடையாளத்தைச் சுமத்தி, கையில் பெட்ரோல் டின்னுடன் தெருக்களில் அலைந்து, உயிருடன் தீயிலிட்டுக் கொளுத்திடத் துடிக்கின்றனர் என்று வாசிப்பின்வழியாக சாரு எழுப்பியுள்ள கேள்வி, இன்றைக்கும் பொருந்துகிறது. சங் பரிவாரங்கள் காவிப் பின்புலத்தில் எந்தக் கணத்திலும் அதுபோன்ற கூட்டக்கொலைகளில் ஈடுபடுவதற்கான சாத்தியங்கள் அதிகரித்திருக்கிற இன்றைய சூழலில், நிகழவிருக்கிற அபாயங்களை எப்படி எதிர்கொள்ளப்போகிறோம்? இந்தியா போன்ற நாட்டில் நிலவும் பன்முகப் பண்பாடுகளை அழித்தொழித்து, ஒற்றைத்தன்மையை உருவாக்கிட முயலுகிற மத அடிப்படைவாதிகள்

செய்கிற செயல்களுக்கு எதிரான மனநிலையை சாருவின் பிளாக் நம்பர் 27: திர்லோக்புரி, வெகுஜனத்தளத்தில் உருவாக்கிடும் வல்லமையுடையது. மதங்களின் அதிகாரம் இருக்கிறவரையில், சாருவின் பிளாக் நம்பர் 27: திர்லோக்புரி கதை, மனிதகுல மேம்பாட்டுக்கு அவசியமானதாகும். ஒவ்வொரு உடலுக்குள்ளும் இருக்கிற புனிதமான ஆன்மா குறித்தும், விண்ணுலகில் இருக்கிற பாசாங்குக்காரரான கடவுள்குறித்தும் இந்தியத் தத்துவங்கள் சித்திரிக்கிற புனைவை சாருவின் கதைகள் புறக்கணிக்கின்றன. உடல்தான் முதன்மையானது என்ற அடிப்படையில் உடலின் வலிகள், வதைகள், காதல், காமம், துக்கம், ஏக்கம், வெறுப்பு போன்ற மன உணர்வுகளின் பின்புலத்தில் சாருவின் கதைகள் விரிந்துள்ளன. புலன்களை ஒடுக்கி, ஆன்மாவின் விடுதலையை முன்னிறுத்துகிற மதங்கள், யதார்த்தத்தில் உடல்களை வன்முறையால் சிதலமாக்குகின்றன.

சாருவின் 'முள்' கதை, பதின்மவயது இளைஞனின் மனவோட்டத்தில் விரிந்துள்ளது. இளம்பிராயத்தில் ஒவ்வொருவரின் வாழ்க்கையிலும் முன்னர் நடைபெற்ற சம்பவங்கள் உருவாக்கிடும் மனப்பதிவுகள் ஒருபோதும் அழிவதில்லை. நினைவின் பறவை விரிக்கிற சிறகின் நிழல், புனைவாக மனதில் ததும்புகிறது. எல்லாம் கதைகளாக உருமாறும் விந்தையில் கதைசொல்லியுடன் வாசகனும் பயணிக்கிறான். கதைமாந்தரின் அனுபவம் என்பது வாசிப்பின்வழியாக கூட்டுக்கற்பனையால் ஏதோ ஒருவகையில், உண்மையான மனிதராக மாறிடும் அற்புதம் நிகழ்கிறது. காலங்காலமாக, கதைகளில் இடம்பெறுகிற கதைமாந்தர்கள்மீது அளவற்ற உணர்ச்சிகளை முதலீடு செய்வதுடன், வாசகர்கள் பலரும் அரைமயக்கத்தில் கதைமாந்தருடன் சேர்ந்து கதைமாந்தராகவே வாழ்கிற நிலை ஏற்படுகிறது. அன்றாட வாழ்வில் ஒருவரின் நடத்தையைத் தீர்மானிக்கிறவகையில் கதைமாந்தர்கள், சொற்களுக்கு இடையில் எங்கோ வாழ்ந்துகொண்டிருக்கிறார்கள். *முள்* கதையில் வருகிற பதின்ம வயதான கதைசொல்லியுடன் வாசகரும் சேர்ந்துகொள்வது இதனால்தான். அத்தையின்மீது ஏற்படுகிற ப்ரியம் பூவைப்போல மென்மையானது. கதைசொல்லியின் தொண்டைக்குள் சிக்கிய கோலா மீனின் முள் என்பது குறியீட்டுநிலையில் உள்ளது. அற்பமான சம்பவம் எனினும் மனம் புனைகிற புனைவானது அத்தையை முன்வைத்து விரிந்திருப்பது, சாருவின் தொடக்ககாலக் கதைசொல்லலுக்குச் சான்றாகும்.

காதல் என்ற ஒற்றைச்சொல்லின்மூலம் சமூகம் புனைகிற புனைவின் பின்னர் பொதிந்திருக்கிற நுண்ணரசியல் முக்கியமானது. சாரு, காதல் என்ற சொல்லின்பின்னர் பொதிந்திருக்கிற உலகை அவதானிப்பது சுவராசியமானது. என் முதல் ஆங்கிலக் கடிதம் கதையானது, தமிழ் பேசத்தெரிந்த அமெரிக்கப் பெண்ணான பார்பராவிற்கும் கதைசொல்லிக்கும் இடையிலான உறவானது மெல்லிய காதல் என்ற இழையில் அற்புதமாகச் சொல்லப்பட்டுள்ளது. பார்பரா ஒரு கனவு என்று நினைப்பில் மூழ்கி

யிருக்கிறவனின் நினைவுகள் கொப்பளித்துக் கொண்டேயிருக்கின்றன. 'ப்ரிய சிநேகிதிக்கு...' எனத் தொடங்குகிற கதை, மனதின் அளவற்ற நினைவுகளில் ததும்பிடும் உணர்ச்சிகளின் குவியலாக இருக்கிறது. கண்ணிநுண் சிறு தாம்பு என்ற மதுரகவி ஆழ்வாரின் பாசுர வரி, கதையை வேறொன்றாக மாற்றுகிறது. காலங்காலமாக கடக்கமுடியாத தொலைவில் தத்தளித்திடும் ஆணுக்கும் பெண்ணுக்குமான இடைவெளி விரிந்துகொண்டேயிருக்கிறது.

ஒழுங்கு என்று காலந்தோறும் வலியுறுத்தப்படும் முறைமையில் அதிகாரம் நுட்பமாகச் செயல்படுவதால், மொழியால் உருவாக்கப்படுகிற பிரதியைக் கலைத்துப்போடுகிற அரசியல் சாருவின் கதைகளில் வெளிப்பட்டுள்ளது. அதிகாரம் என்பது மெல்ல பாசிசத்திற்கான உடல்களைத் தயாரிக்கிற பணியை நுட்பமாகச் செய்வதால், பிரதியைக் கலைத்துப்போட்டு உருவாக்குகிற எழுத்துமுறையை *மதுமிதா சொன்ன பாம்புக் கதைகள், கிரிக்கெட்டை முன்வைத்து புத்திஜீவிகளுக்கு ஒரு முட்டாள் சொல்லிக்கொண்டது, நட்சத்திரங்களிடமிருந்து செய்தி கொண்டுவந்தவர்களும் பிணந்தின்னிகளும், பிணவறைக் காப்பாளன்* போன்ற கதைகளில் சாரு பின்பற்றியுள்ளார். குடும்ப அமைப்பில் ஆண் மேலாதிக்கச் சூழலில் குடும்பத்தினரின் பாலியல் விழைவுகளையும் வேட்கைகளையும் எப்பொழுதும் கண்காணிப்புக்கு உள்ளாக்குகிற அரசியல், தமிழர் வாழ்க்கையில் எப்பொழுதும் மேலோங்கியுள்ளது. இன்னொருநிலையில், நிறுவனங்களின் சட்டக வரம்புக்குட்பட்ட உடல்களை உருவாக்குகிறநிலையில் மனிதனின் இயல்பான செயல்பாடுகளை விலக்காக மாற்றுகிற மொழியின் அதிகாரத்தையும் கேள்விக்குள்ளாக்க வேண்டியுள்ளது. வெறுமனே வசவுச்சொற்களாக வெளிப்படுகிற சொற்களின் பின்னால் இருக்கிற அசுத்தம், அழுக்கு, கபடம், தந்திரம், அபத்தம்குறித்து வெவ்வேறு அலைவரிசையில் உருவாக்கப்பட்ட புனைவுகளைச் சித்திரிப்பதன்மூலம் சாருவின் கதையாடல் முடிவிலியாக விரிகிறது. பாலியல் என்பது பேசாப் பொருளாகக் கட்டமைக்கப்பட்டு, உடல்களின்மீது செலுத்தப்படுகிற அதிகாரம், ஒருநிலையில் அறத்தை வலியுறுத்துகிறது. இதிலிருந்து விடுபட விழைகிற மனிதனின் மனம் பாலியல் பிறழ்வுகளில் கவனம் செலுத்துகிறது.

சாருவின் கதைகளில் வெளிப்படும் பாலியல் அரசியல், ஒருவகையில் மரபான அழகியலுக்கு மாற்றான பிரதியை உருவாக்கியுள்ளது. நனவிலி மனதில் ஒடுங்கியிருக்கிற பாலியல், வன்முறை உள்ளிட்ட பிறழ்வுகளை அடையாளப்படுத்தி, ஒழுங்கிற்கும் ஒழுங்கின்மைக்கும் இடையில் இருக்கிற மதிப்பீடுகளை அடையாளப்படுத்த வேண்டியுள்ளது. எதிர்அழகியல் சொல்லாடல்கள், சாருவின் பாலியலை முன்வைத்த கதைகளில் நுட்பமாகப் பதிவாகியுள்ளன. விளிம்புநிலையினரான அரவாணிகள், மனப்பிறழ்வாளர்கள், பாலியல் பிறழ்வாளர்கள், தெருப்பொறுக்கிகள், கூலிப்படையினர், விலைமகளிர், பூசாரிகள், பிக்பாக்கெட்காரர்கள் போன்றோரும் சேர்ந்துதான்

சமூகத்தின் வரலாற்றை உருவாக்குகின்றனர். ஒருநிலையில், சமநிலையை இழந்தவர்களின் குற்றமனம் அற்ற நிலையைப் புரிந்திட முயன்றதன் விளைவுதான் மதுமிதா சொன்ன பாம்புக் கதைகள் என வடிவெடுத்துள்ளதா? யோசிக்கவேண்டியுள்ளது. கதையில் இடம்பெற்றுள்ள விவரணைகள், கதையாடலில் சொல்லப்படாத இடைவெளியில் பயணிக்கிற வாசகன், தனக்கான பிரதியை உருவாக்கிக் கொள்கிறான்.

நவீன வாழ்க்கையின் நெருக்கடி, தன்முனைப்பான சுயபிம்பத்தைச் சுய வழிபாட்டுக்குரியதாக மாற்றுகிறது. குறிப்பாக, நுகர்பொருள் பண்பாட்டின் மேலாதிக்கத்தில் எது அசல்? எது நகல்? என்ற பேதம் சிதலமாகியுள்ளது. ஆன்மீகம் என்பது கார்ப்பரேட் சரக்காகிவிட்டநிலையில் தியானம், யோகா போன்ற சொற்களும் அர்த்தமிழந்த பின்புலத்தில், ‘இஞ்சி தின்ற குரங்கு’ கதையை வாசிக்கவேண்டியுள்ளது. திருகல் எதுவும் இல்லாமல், அதிவீரபாண்டியன் எளிய மொழியில் சொல்கிற கதையில் தொனிக்கிற பகடி சுவராசியமானது. ‘வாழ்க்கையில் நீங்கள் சில மனிதர்களிடம் பிரியமாக இருப்பதுபோல் நடித்தே ஆக வேண்டும். முகத்திலே இரண்டு விடலாமா என்று தோன்றும். ஆனால் ஹி... ஹி... என்றுதான் இளிக்க வேண்டும். உதாரணமாக, உங்கள் மனைவியின் தங்கை கணவர்’. காலையில் வாக்கிங் செல்கிறவனிடம் மொக்கைபோடுகிற ஆசாமியைச் சமாளித்துக்கொண்டு ‘எல்லாம் ட்டி.ஓ.வி.ஐயா, ட்டி.ஓ.வி (தலையில் ஓத்த விதி என்பதன் சுருக்கம்) என்று, சுய பகடியை அதிவீரன்மீது ஏற்றிச் சாரு விவரிக்கிற கதையாடல் தற்செயலானது அல்ல. Tell him, not to kill me! என்ற ஆங்கிலத் தலைப்பிலான கதையில், சாரு மனத்தடை இல்லாமல், எள்ளலை முன்வைத்து விவரித்திருப்பது, சமூக அங்கதமாக வெளிப்பட்டுள்ளது. உலகத்திலேயே நகைச்சுவை உணர்வு கம்மியானவர்கள் தமிழர்கள் என்று கதைக்கிற சாரு, ‘இந்த நகரத்துப் பேர்வழிகள் கொஞ்சமும் நகைச்சுவை உணர்வு இல்லாதவர்கள். இந்த உலகத்திலேயே மிகப்பெரிய தண்டனை என்னவென்றால், நகைச்சுவை உணர்வு இல்லாதவர்களிடம் உரையாடுவதுதான்’ என்று சொல்கிற கதை, கேலியான தொனியில் விரிந்துள்ளது. கதைசொல்லியான சாரு, முன்னர் நெருக்கமாக இருந்த சாந்தகுமார் என்ற நண்பருடன் தற்செயலாக மீண்டும் ஏற்பட்ட தொடர்புகுறித்துச் சொல்கிற கதையில் தொனிக்கிற பகடி, நுட்பமானது. பிரபலமான எழுத்தாளரான சாருவிற்கு மின்னஞ்சல் செய்கிற சாந்தகுமாரைப் பார்த்து அவருடைய எட்டுவயது மகள், சாருவிடம் கேட்டு ஷேக்ஸ்பியரின் மெயில் ஐ.டி.யை வாங்கிக் கொடு என்று கேட்பதை எப்படி புரிந்துகொள்வது? வெறுமனே பகடி மட்டும்தானா?

புதுதில்லி என்ற மாநகரின் பிரமாண்டமான உலகில், அரசாங்க இயந்திரத்தில் குட்டித் திருகாணியாக விளங்குகிற கடைநிலை ஊழியன், டீ குடிப்பதற்காகப் படுகிற பாடுகள், அவல நாடகத்தின் உச்சம். சொல்லக் கொதிக்குதடா நெஞ்சம் வெறும் சோற்றுக்கா வந்ததிந்த

பஞ்சம் என்று பாடிய பாரதியின் காலத்திற்குப் பின்னர், சாருவின் கதைசொல்லி வெறும் டீ குடிக்க அல்லாடுவதுபற்றிய சாருவின் புனைவு, நிச்சயம் வெறும் கற்பனையல்ல; யதார்த்தச் சித்திரிப்பு. 'வெளியிலிருந்து வந்தவன்' கதையில் இரவுவேளையில் குடித்துவிட்டு, வீட்டுக் கதவைத் தட்டுகிற சுந்தரம்குறித்த கதைசொல்லியின் மனவோட்டமும் அனுபவமும் ஏற்படுத்துகிற விளைவுக்கு அப்பால் ஜென்னி சொல்கிற வாசகம் முக்கியமானது. தொண்ணூறுகளில் தினமலர் பத்திரிகையில் தொடர்ந்து எழுதத் தொடங்கிய சாருவின் சிக்கனம், பின்தொடரும் நிழல், கையருகே ஆகாயம், காஞ்சனா போன்ற கதைகள் மேலோட்டமான சித்திரிப்புபோலத் தோன்றினாலும் புதைநிலையில் வாழ்க்கைகுறித்த அடிப்படையான கேள்விகளை முன்வைத்துள்ளன. வெறுமனே அனுபவங்கள் என்பதற்கு அப்பால், சாருவின் கதையாடல்கள் புதிய தளங்களில் விரிந்துள்ளன.

'பிணவறைக் காப்பாளன்' சிறுகதை, பல்வேறு கடந்தகாலச் சம்பவங்களையும் மனவோட்டத்தையும் கால ஒழுங்கைச் சிதைத்து, கொலாஜ் பாணியில் விரிந்துள்ளது. ஏன் இப்படி யதார்த்த வாழ்க்கை பின்னப்பட்டு முடிவற்ற துயரங்களில் தோய்ந்திருக்கிறது என்ற கேள்வியை வாசிப்பில் தோற்றுவிக்கிறது. எந்தவொரு மையமும் இல்லாமல் தொடர்சியற்ற நிலையில் சாரு அடுக்கியுள்ள பிம்பங்கள், சூழலின் மறுபக்கத்தைச் சித்திரித்துள்ளன. வன்முறையும் வதைகளும் நிரம்பிய வெளியில் எல்லோரும் ஏதோவொருநிலையில் பிணவறைக் காப்பாளராக மாறியுள்ளதைக் கதையாடல் நுட்பமாகப் பதிவாக்கியுள்ளது. அரசியல் இன்றி எதுவும் இல்லை எனவும் பிரதியை வாசிக்கலாம். இன்னொருநிலையில் நவீன வாழ்க்கையில் எல்லாம் அபத்தக் கதைகளாகியுள்ளன என்று சொல்வதற்கும் சாத்தியமுண்டு,

எழுத்துகளின் வழியாகச் சாரு யாரென்று சித்திரிக்கிற புனைவு உலகம் சவால் நிரம்பியது. சாரு எழுதியுள்ள கதைகளை ஒட்டுமொத்தமாக வாசிக்கும்போது, வெறுப்பினால் பீதியடைய நேரிடலாம்; மனித உடல்கள் எவ்வாறெல்லாம் கொண்டாடப்பட்டன; விலக்கி வைத்துக் கேவலப்படுத்தப்பட்டன; வன்முறைக்குள்ளாக்கப்பட்டன என விருப்பு வெறுப்பு இல்லாமல் புனைந்திருப்பது புலப்படுகிறது. சாரு, மனத்தடை இல்லாமல், தயக்கமின்றிச் சித்திரிக்கிற புனைவுத் தகவல்களால் வாசகரின் சமநிலை பாதிக்கப்படலாம். சாரு மனிதர்களின் பழக்கவழக்கம், நம்பிக்கை, உணர்ச்சி, பயம், மகிழ்ச்சி போன்ற ஆதாரமான விஷயங்களை மறுகட்டுமானம் செய்ய முயலுகிறார். ஒவ்வொருவரும் அவரவருக்குள் உற்றுப் பார்த்து, வாழ்வின் விநோதங்களும் மர்மங்களும் நிரம்பிய வெளியில் பயணிக்கத் தூண்டுகிறார்.

உலக இலக்கியப் படைப்புகளை ஆர்வத்துடன் வாசிக்கிற சாரு, பிறமொழிப் படைப்புகள் போலத் தமிழிலும் வரவேண்டும் என்ற விருப்பத்துடன் படைத்திருக்கிற சிறுகதைகள் தனித்துவமானவை.

பாலியல்குறித்து வெளிப்படையான சொல்லாடல் இல்லாத தமிழ்ச் சமூகத்தில் கர்நாடக முரசும் நவீன தமிழ் இலக்கியத்தின் மீதான ஓர் அமைப்பியல் ஆய்வும், உன்னத சங்கீதம் போன்ற கதைகள், சாருவை விநோதமான Alien ஆக்கிவிட்டன. சாரு எப்படி இதுபோல ஆபாசமாக எழுதலாம் எனக் கொந்தளித்தவர்கள் அதிர்ச்சியுடன் எதிர்க்கதையாடலை உருவாக்கியது தனிக்கதை. சரி, போகட்டும். எண்பதுகளில் அறிமுகமான புதிய கோட்பாடுகள் தந்த கொண்டாட்டத்தினால் சாரு எழுதிய அநேர்கோட்டுக் கதைகள், புதிய வகைப்பட்ட கதைசொல்லலுக்கு வழிவகுத்தன. அப்போது முகம்சுளித்த மரபு இலக்கியவாதிகள், சாரு எழுதிய சில கதைகளை முன்வைத்து அவருடைய நுட்பமான பிற கதைகளையும் வாசிக்காமல் புறக்கணித்த செயல்பாடு, ஒருவகையில் அபத்தமானது. புனைவு மொழியின் அதிகபட்ச சாத்தியங்களைச் சோதனை முயற்சியால் கண்டறிந்திட்ட சாருவின் கதையாடல், வழமையான புனைவெழுத்துகளில் இருந்து முழுக்க மாறுபடுகிறது. பூமியில் மனித இருப்பு என்பது வலிகளும் கொண்டாட்டங்களும், வதைகளும், விநோதங்களும், அமானுடங்களும் நிரம்பிய சூழலில், வாழ்க்கையின் விசித்திரம் நிரம்பிய மறுபக்கத்தைப் புனைவாகியுள்ள சாருவின் சிறுகதைகள், சமகாலத்தின் குரலாக விரிந்துள்ளன.

சாரு நிவேதிதா, தனது புனைவெழுத்தின்வழியாகக் கண்டறிந்திட்ட வாழ்க்கையின் மறுபக்கத்தை அடையாளப்படுத்தும்வகையில், என்னால் தேர்ந்தெடுக்கப்பட்டுள்ள இந்தச் சிறுகதைகள் வாசிப்பில் உங்களுக்கு ஏற்படுத்தும் அனுபவங்கள் முக்கியமானவை. சாரு என்ற இலக்கிய ஆளுமையைக் கண்டறிந்திட உதவிடும் இத்தொகுப்பு முயற்சியானது, முழுக்க எனது வாசிப்பும் ரசனையும் தொடர்புடையது.

சிறுகதைத் தொகுப்பு நூல் வெளியிட அன்புடன் இசைவளித்த நண்பர் சாரு நிவேதிதா என்றும் அன்பிற்குரியவர். தொகுப்புநூல் வெளியிடுவதில் உதவிய நண்பர், மருத்துவர் ஸ்ரீராமின் தோழமை மகிழ்ச்சிக்குரியது. சாரு நிவேதிதாவின் தேர்ந்தெடுக்கப்பட்ட சிறுகதைகள் நூலை அழகிய வடிவமைப்பில் டிஸ்கவரி புக் பேலஸ் பதிப்பகம்மூலம் உற்சாகத்துடன் பிரசுரிக்கிற நண்பர் மு.வேடியப்பன் தோழமைக்குரியவர்.

ந.முருகேசபாண்டியன்
மதுரை
9443861238

பொருளடக்கம்

முள்	15
கிரிக்கெட்டை முன்வைத்து புத்திஜீவிகளுக்கு ஒரு முட்டாள் சொல்லிக்கொண்டது	23
நட்சத்திரங்களிடமிருந்து செய்தி கொண்டு வந்தவர்களும் பிணந்தின்னிகளும்	33
டீ	49
கண்ணிநுண் சிறுத் தாம்பு	55
என் முதல் ஆங்கிலக் கடிதம்!	60
பிளாக் நம்பர்: 27 திர்லோக்புரி	70
மதுமிதா சொன்ன பாம்பு கதைகள்	88
வெளியிலிருந்து வந்தவன்	100
இஞ்சி தின்ற குரங்கு	106
Tell him, not to kill me!	109
ஷேக்ஸ்பியரின் மின்னஞ்சல் முகவரி	113
பிணவறைக் காப்பாளன்	119

முள்

இன்றோடு பதினஞ்சு நாளைக்கு மேல் இருக்கும் தொண்டையில் இந்த முள் சிக்கி. மீன் சாப்பிட்டபோதுதான் சிக்கியிருக்க வேண்டும். இதுக்குத்தான் நான் ருசியா இருக்கிற மீனாயிருந்தாலும் முள் மீனாக இருந்தால் தொடுவதேயில்லை. சில மீன்களில் நடுமுள் மட்டும் இருக்கும், கோழிச் சிறகுமாதிரி. சில மீன்களில் சதைக்கு உள்ளேயெல்லாம் ஒரே முள்ளாயிருக்கும். கார்த்திகை வாளை, முள்ளு வாளை எல்லாம் இந்த வகையறாதான். ஆனால் இந்த இரண்டு ரகத்திலும் சேராத ஒரு மீன்... கோலா மீன். இதுக்கும் நடுமுள் உண்டு. அதோடு பாதி பாகம் சதையோடு முள் கலந்தும், பாதி வெறும் சதையாகவும் இருக்கும். இந்தக் கோலா வருஷம் பூரா கிடைத்துக் கொண்டிருக்காது. வைகாசி, ஆனி மாசங்களில் மட்டும்தான் கோலா... ஆடி வந்தாலே கோலா குறைய ஆரம்பித்து விடும். இதுக்குக்கூட ஒரு சொல் வழக்கு... 'ஆடி மாசம் வந்தா கோலா ஆத்தா வூட்டுக்குப் போய்டும்.'

கோலா மீன் பிடிப்பதே ஒரு அலாதி... அதைப் பார்க்கவேண்டுமென்று கட்டு மரத்தில் ஒருமுறை போயிருக்கிறேன்... கோலா பிடிக்க லாஞ்சில் போவது கிடையாது... காரணம், கோலா பிடிக்க குறைந்தபட்சம் இருபது மைலிலிருந்து அறுபது மைல் வரையிலும்கூட போவது உண்டு... லாஞ்ச் என்றால் இத்தனை மைல்கள் போக டீஸல் செலவு...?

ஆறு அல்லது ஏழுபேர் ஒரு கட்டுமரத்தில் காலை மூன்று மணிக்குக் கிளம்பினார்கள் என்றால் வருவதற்கு இரண்டு நாள் கூட ஆகும்! ஒரு தடவைக்கு மூணாயிரத்திலிருந்து இருபதாயிரம் மீன்கள் வரை அகப்படும். கட்டுமரத்திலேயே தாழை, புல் தழை இவற்றையும் எடுத்து வந்துவிடுவார்கள்... இதை ஒரு மரச்சதுரத்தில் பிணைத்துக்கட்டி ஒரு சின்ன பசுந்தழைத் தீவுமாதிரி தண்ணீரில் மிதக்கவிட்டு விடுவார்கள்... கோலா இந்தப் பச்சையைப் பார்த்ததும் கூட்டம் கூட்டமாகத் துள்ளி வரும், பசுந்தழையில் முட்டையைப் பீச்ச... சிலசமயம்

இந்தத் 'தீவுகளை' கரைக்கு எடுத்துவந்த பிறகும் கூட அவற்றில் தங்கியுள்ள இந்த முட்டைகளைப் பார்க்க முடியும். இன்னொன்று... கோலாவை வலை 'வீசிப்' பிடிப்பது இல்லை. இதுதான் கண்ணால் பார்த்துப் பிடிக்கமுடிகிற மீன்... கோலாவுக்குத் தனி வலை... அந்த ஏந்து வலையை வைத்துக்கொண்டு அப்படியே ஏந்தி ஏந்திப் போட்டுக்கொள்ள வேண்டியதுதான்... இந்த வலையைத்தான் கச்சா வலையென்று சொல்வது...

சிலசமயங்களில் ஒரு கோலாகூட கிடைக்காமல் போவதும் உண்டு. இதுக்குக் காரணம், 'பர்லா...' இந்தப் பர்லா மீன் வந்தாலே அந்த இடத்துக்கு ஒரு கோலாகூட வராது. மற்றபடி, அமாவாசை நாளில் கோலா அதிகம் கிடைக்கும் என்று ஒரு நம்பிக்கை. பொதுவாக கோலா சீஸன்தான் இவர்களின் 'அறுவடைக் காலம்...'

கோலாவுக்காக ஒரு தடவை கடலுக்குச் சென்றால் ஒரு ஆளுக்கு முன்னூறு ரூபாய்கூடக் கிடைக்கும். ஆனால் இதைவிட அபாயமான வேலை உலகத்தில் ரொம்பக் குறைச்சல்... முன்னேயெல்லாம் கோலா பிடிக்கப் போகிறவர்களுக்கு 'வாய்க்கரிசி' போட்டு அனுப்புவார்களாம். இப்போதெல்லாம் அந்தப் பழக்கம் கிடையாது.

இந்த வைகாசி வந்தாலேபோதும்... எல்லார் பேச்சிலும் ரொம்ப அடிபடுவது கோலாதான். கொஞ்சம் வேகமா காற்று அடித்தால் கூடப் போச்சு... 'சே... சே... என்னா காத்து... முகம் வாயெல்லாம் ஒரே மண்ணு... சனியன்புடிச்ச கோலா காத்து' என்று அலுத்துக் கொள்வார்கள்.

அத்தையும், மாமாவும் வந்து இன்னையோட பதினஞ்சு நாளா ஆவுது...? பதினஞ்சு நிமிஷமா ஓடிப்போச்சு... எனக்கு இந்த முள் தொண்டையிலெ சிக்கியதே இவர்கள் வந்த அன்றைக்குத்தான்... மாமா வந்ததுமே நைனா மார்க்கெட் கிளம்பிட்டாங்க... மீன் இல்லாவிட்டால் சாப்பாட்டையே தொடமாட்டார் மாமா... அதுவும் கோலா மீன் என்றால் அவருக்கு உயிர்...

அவரோடு அன்று சாப்பிட்டபோது சிக்கியதுதான்... அதுக்குப் பிறகு மீனையே தொடவில்லை நான்... இந்த முள்ளை நினைத்தால் மீன் ஆசையே விட்டுப்போய்விடுகிறது... என் அத்தை மீனெல்லாம் சாப்பிடுவதில்லை... எப்பவாவது எங்கள் கட்டாயத்துக்காக சாப்பிடும்போதெல்லாம் சாப்பிட்டபிறகு 'வாந்தி' எடுக்கவும் தவறுவதில்லை... மாமாவுக்கு எதிர் என் அத்தை... படிப்பது என்றால் அத்தைக்குக் கொள்ளை ஆசை... சமையல் முடிந்துவிட்டால் கையில் புத்தகம்தான்... மாமாவோ ஏதாவது படிக்கிறார் என்றால் அது வாராவாரம் ராசிபலன் மட்டுமாகத்தான் இருக்கும்!

எழுதுவதிலும் அப்படித்தான்... அத்தை எனக்கு எழுதின எல்லா கடிதங்களையும் பத்திரப்படுத்தி வைத்திருக்கிறேன். கவித்துவமிக்க அந்தக் கடிதங்களை எத்தனை முறை படித்திருக்கிறேன் தெரியுமா...!

மாமாவோ, தன் பேனாவைத் திறப்பது கையெழுத்துப் போட அல்லது தன் அம்மாவுக்குக் கடிதம் எழுத இந்த இரண்டுக்கு மட்டும்தான். (தேவரீர் அம்மாவுக்கு உங்கள் மகன் எழுதிக்கொள்வது. க்ஷேமம், க்ஷேமத்திற்கு பதில். நான் வரும் பத்தாந்தேதி அங்கு வருகிறேன். வேறு ஒன்றும் விசேஷம் இல்லை. இப்படிக்கு...) ஆரம்பத்தில் தன் அம்மாவுக்குக்கூட அத்தையின் மூலம்தான் எழுதிக்கொண்டிருந்தாராம். ஆனால் அவர் அம்மாவிடமிருந்து "எனக்கு நேரடியாக ஒரு லெட்டர் எழுதக்கூட உனக்கு நேரம் இல்லையா? இனிமேல் உன் பெண்டாட்டியை விட்டு எழுதாதே... இஷ்டமிருந்தால் நீயே உன் கைப்பட எழுது" என்று 'பாட்டு' வாங்கிய பிறகுதான் அந்தக் கடிதம்கூட அவர் எழுதுகிறார். இதுக்குப் பிறகு மாமா எழுதச் சொன்னாலும் அத்தை எழுதுவதில்லை. இப்படி ஒவ்வொன்றாகச் சொல்லிக்கொண்டே போகலாம்.

"டேய் ராஜா... நான் வெளியே போறேன்... வர்றீயா...?"

மாமாவின் பிசிறான குரல் கேட்டு என் சிந்தனை அறுந்தது. அப்போது அங்குவந்த என் அத்தை என்னை முந்திக் கொண்டு சொன்னார்கள்.

"ராஜாவுக்கு உடம்பு சரியில்லை... அது வராது"

"சரி சரி... நீயே அவனைப் பூட்டி வச்சுக்க..."

-மாமா கோபத்துடன் சொல்லிவிட்டு வெளியே போய்விட்டார்.

மாமாவுக்கு, சாயங்காலம் ஆறு மணியிலிருந்து ஒன்பது மணி வரை வெளியே போய் ஊர்சுற்றாவிட்டால் தலையே வெடித்துவிடும்... பாவம்... அத்தை... வீட்டில் தனியாவே இருந்திருந்து எப்படித்தான் பைத்தியம் பிடிக்காமல் இருக்கிறதோ...?

அத்தையின் பேச்சில் இப்போதெல்லாம் ஒன்றைக் கவனித்தேன். கொஞ்சநாளாக அத்தை என்னிடம் 'டா' போட்டுப் பேசுவதில்லை. பத்து வருஷ வித்யாஸம் பெரிசு இல்லையா? ஆனால் இப்படிப் பேசுவதுதான் எனக்குப் பிடிக்குது...

நெற்றியில் ஒரு மென்மையான ஸ்பரிஸத்தை உணர்ந்து நிமிர்ந்து பார்க்கிறேன்...

அத்தை...!

"ராஜா... நெத்தியெல்லாம் ரொம்ப சுடுதே..." என்று சொல்லிக்கொண்டே படுத்திருந்த என் பக்கத்தில் அமர்ந்து என் கையை எடுத்துத் தன் கைகளுக்குள் வைத்துக்கொண்டார்கள். நெற்றி சுடுவதென்ன...? இந்தத் திண்ணை இருட்டில் இப்படிக் கிடைத்த அத்தையின் இந்த அண்மைக்காக அப்படியே நான் எரிந்துபோவதற்கும் தயார்...

வெகுநேரம் இருவரும் பேசவே இல்லை.

திடீரென்று அத்தை கேட்டார்கள்.

"தொண்டையிலே முள் சிக்கிட்டுன்னியே... போய்டுச்சா...?"

"ம்ஹூம்... இல்லெ..."

“அப்படின்னா நான் சொல்றமாதிரி செய்... சாப்பிடும்போது சூடான வெறும் சாதத்தை ஒரு பெரிய உருண்டையா உருட்டி வாயில்போட்டு விழுங்கு. போய்டும்...”

இதுக்கு நான் பதில் சொல்லவில்லை... என் கையைப் பிடித்துக் கொண்டிருக்கிற அத்தையின் கைகளை அப்படியே எடுத்து ஒரு முத்தம் கொடுத்தால் என்ன என்று யோசித்துக் கொண்டிருக்கிறேன்... ஆனால்?

இதைச் செய்ய என்னைத் தடுப்பது எது?

‘Love has no taboos’ என்று படித்திருக்கிறேன். ஆனால் அத்தையின்மேல் நான் கொண்டுள்ளது காதலா...? காதல்... சே... தொடர்கதைகள்ளேயும், சினிமாவிலேயும் இந்த வார்த்தையைப் போட்டு ரொம்ப அசிங்கப்படுத்தி விட்டார்கள்.

Is it sex-love…?

நோ... அப்படி என்னால் நினைக்க முடியவில்லை. இது ஒரு tender devotion… ஆனா இதன் எல்லை எதுவாக இருக்கும்...?

அனாவசியமாக மனசைப் போட்டுக் குழப்பிக்கொண்டிருக்கிறேன்... அத்தையின்மேல் எனக்குள்ள ப்ரேமை இன்று நேற்று ஏற்பட்டதா என்ன?

அப்போது ஆறு வயசிருக்கும்... அத்தை, அடிக்கடி என்னிடம் “ராஜா... நீ யாரை கல்யாணம் பண்ணிக்கப் போற...?” என்று கேட்பார்கள். நான் ஒவ்வொருமுறையும் ‘உங்களைத்தான்... உங்களைத்தான்’ என்று சொல்வேன்.

கொஞ்சங்கூட மறக்கவில்லை.

“அத்தை... உங்களைத்தான் நான் கட்டிக்குவேன். ஆனா நான் உங்களைக் கட்டிக்கிறப்போ உங்க கை தோலெல்லாம் அவ்வாவுக்கு இருக்கிறமாதிரி கொழகொழன்னு சுருங்கி இருக்கக்கூடாது... இப்ப இருக்கிறமாதிரியே இருக்கணும்” என்று சொல்லி அத்தையின் கைச்சதையைத் தொட்டுக் காண்பிப்பேன்... உடனே அத்தை சிரித்துக்கொண்டே என் அம்மாவிடம், “பார்த்தீங்களா வதினை... ராஜா சொல்றதெ” என்று ஆரம்பித்து, நான் சொன்னதையெல்லாம் சொல்லிச்சொல்லி சிரிப்பார்கள்.

இப்போது மீண்டும் அதை நினைத்துப் பார்க்கிறேன்... ஆனால் இப்போதெல்லாம் அத்தை ஏன், அந்தக் கேள்வியைக் கேட்பதே இல்லை...?

‘ராஜா, நீ யாரைக் கல்யாணம் பண்ணிக்கப் போற...?’

அப்படியே அத்தை கேட்டாலும் முன்பு சொன்னதுபோல் என்னால் பதில் சொல்லமுடியுமா?

‘அத்தை... உங்களைத்தான் நான் கட்டிக்குவேன்... ஏன்னா உங்கள்

கை பதினஞ்சு வருஷத்துக்கு முந்தி இருந்தமாதிரி இல்லன்னாலும் உங்க மனசு அப்பபடியேதான் இருக்கு...'

திடீரென்று தெரு நாய்களின் காதைக் கிழிக்கிற சத்தம் கேட்டு தூக்கம் கலைந்தது. அட, எப்படி இங்கே வந்து படுத்திருக்கிறேன்...? கடைசியில், அத்தையோடு பேசிக் கொண்டிருந்தது நினைவிருக்கு... அப்புறம் தூக்கக் கலக்கத்தில் இங்கே வந்து படுத்தது நினைவு இல்லை. இனிமேல் எப்படித் தூக்கம் வரும்? விடிகிற நேரம்... கொஞ்சநேரம் ஸ்ரீஸ்ரீளம் புரண்டு கொண்டிருந்து விட்டு எழுந்தேன்... பாத்ரூமுக்குப் போய் பேஸ்ட்டும், ப்ரஷ்ஷும் எடுத்துக்கொண்டு கொல்லைப்பக்கம் போனேன். ப்ரஷ் பண்ணிக்கொண்டிருக்கும்போதே முள் நெருடுவது தெரிகிறது... பல்லைத் துலக்கிவிட்டு கட்டை விரலால் நாக்கை வழித்தேன். இதுக்கு நான் Tongue cleaner பயன்படுத்துவது இல்லை. Tongue cleaner என்றால், நாக்கில் ஒரு குறிப்பிட்ட 'ஏரியா'வைத்தான் சுத்தப்படுத்த முடியும்.

அடி நாக்குக்கெல்லாம் அது போகாது... அதனால் உசிதம், கட்டை விரல். ஆனால் விரல் நகத்தில் ஏதேனும் பிசிறு இருந்தால் நாக்கைக் கீறிவிடும்... எச்சிலோடு ரத்தமும் வரும்... அப்புறம் அது க்ஷயரோக ரத்தமா அல்லது நாக்குக் கீறலின் ரத்தமா என்று சந்தேகப்பட்டு பயப்பட வேண்டியிருக்கும்! அதுக்காக, கட்டை விரல் நகத்தை மட்டும் பிசிறு இல்லாமல் வைத்திருக்க வேண்டும். சரி... இன்று எப்படியும் இந்த முள்ளை எடுத்துவிட வேண்டும்... கட்டை விரலையும், சுட்டு விரலையும் மாற்றிமாற்றித் தொண்டைக்குள் விட்டுக் குடைந்தேன்... ஏகமாய் வாந்தி வந்ததுதான் மிச்சம்.

முள் அப்படியேதான் இருந்தது...

இதுக்கு முன்னால்கூட மீன் சாப்பிட்டபோது முள் சிக்கியிருக்கிறது... ஆனால் இந்தமாதிரி பதினஞ்சு நாள் இருபது நாளென்று உயிரை வாங்கியதில்லை. சின்ன வயசில் ஒரு வேடிக்கை நினைவு வருது. அப்போது நான் அவ்வா வீட்டில் இருந்தேன். ஒரு நாள் சாப்பாட்டுக்கு கருணைக்கிழங்கு வறுவல் செய்திருந்தார்கள். அந்த வயதில் அது கருணைக்கிழங்கு என்றெல்லாம் எனக்குத் தெரியாது... ஏதோ ருசியாய் இருக்கவும் நிறையச் சாப்பிட்டேன். சாப்பிட்டு முடித்தது தாமதம்... 'அய்யோ... அம்மா...' என்று அலற ஆரம்பித்துவிட்டேன். தொண்டையில் பயங்கர அரிப்பு... அதை அரிப்பு என்று சொல்லத் தெரியாமல் 'தொண்டையிலே முள் குத்திடுச்சி' என்று ரகளை பண்ணிக்கொண்டிருந்தேன். அப்பறம் மெதுவாக வேலைக்காரி வந்து 'இது கருணைக்கிழங்கு சமாச்சாரந்தான்' என்று சொல்லி எல்லார் பயத்தையும் போக்கி என்னைத் தேற்றினாள்.

டிஃபனை முடித்துவிட்டு அத்தையுடன் பேசிக்கொண்டு உட்கார்ந்திருந்தேன். தம்பி வந்து சொன்னான், யாரோ கூப்பிடுவதாக.

வெளியே வந்து பார்த்தால்... பேபி.

"என்னடா இது, அதிசயமா இருக்கு... பதினொரு மணி வரைக்கும் மார்க்கெட்லெயில்ல சுத்திக்கிட்டு இருப்ப..."

"இன்னைக்கு நான் மார்க்கெட்டுக்குப் போகலெ... சரி வா... கொஞ்சம் ஈச்சந்தோட்டம் வரைக்கும் போயிட்டு வரலாம்."

"இதோ வர்றேன்... சித்த இரு" என்று அவனிடம் சொல்லிவிட்டு உள்ளே வந்தேன். அத்தையிடம் போய், "கொஞ்சம் வெளியே போய்ட்டு வந்திர்றேன் அத்தை..." என்றேன்.

"சீக்கிரமா வந்திடு ராஜா..."

- நான் இப்போது வெளியில் போவதை அத்தை விரும்பவே இல்லை. இருந்தாலும் பேபியின் முகத்தில் தெரிந்த அந்த சீரியஸ்னஸ்...

கிளம்பிவிட்டேன்.

பேசிக்கொண்டே ஈச்சந்தோட்டம் வந்தோம். பெயர்தான் ஈச்சந்தோட்டம். ஆனால் ஒரு ஈச்சமரம்கூட கிடையாது... எப்பவோ ஈச்சந்தோட்டமாக இருந்திருக்கலாம்... இப்போது எஞ்சி நிற்பதென்னவோ பெயர் மட்டுந்தான்... பேசாமல் புளியந்தோப்பு என்று பெயரை மாற்றி விடலாம்... அவ்வளவு புளிய மரங்கள்...

ஒரு புளிய மரத்தடியில் அமர்ந்தோம்... ஒரு பெரிய வேரில் முதுகைச் சாய்த்து திண்டில் அமர்ந்திருக்கும் செட்டியார்மாதிரி உட்கார்ந்துகொண்டான் பேபி...

மெதுவாக விஷயத்தை ஆரம்பித்துபிறகு சரமாரியாகப் பொழிய ஆரம்பித்தான்...

விஷயம் வேறொன்றுமில்லை... இவன் அப்பாவுக்கு ஏகமான சொத்து இருக்கு... இருந்தாலும் மகன் தன்னைமாதிரி நிலத்தில் இறங்காமல் ஒரு டாக்டராகிவிட வேண்டும் என்று தீவிரமான ஆசை. இவனோ பி.யூ.சி.யைத் தாண்டவில்லை.

பயாலஜி, ஜூவாலஜி புத்தகத்தை எடுத்தாலே தூக்கம் வருதுங்கிறான். விவசாயத்தில்தான் ஈடுபாடு. இவன் M.B.B.S. போகாததால் ஜன்ம எதிரியாகப் பார்க்கிறார் தந்தை... அப்புறம் சச்சரவுக்கு கேட்கணுமா... இன்னும் கடிக்கிட்டுப் புரளலை... அவ்வளவுதான்.

உணர்ச்சிவேகத்தில் என்னென்னவோ முடிவுகள் எடுத்துக்கிட்டு இருக்கான்...

"சரி வா, ரொம்ப தாகமா இருக்கு... அந்த வீட்லே போயி கொஞ்சம் தண்ணி குடிப்போம்."

- பேச்சை மாற்றி அவனைக் கிளப்பினேன்.

தண்ணீரைக் குடித்துவிட்டு அங்கேயே தீப்பெட்டி வாங்கி சிகரெட்டைப் பற்றவைத்துக் கொண்டான்... எனக்குத் தண்ணீரைக் குடித்ததும் முள் அதிகமாக நெருட ஆரம்பித்தது...

குமட்டியது.

இவனுக்கும் தெரியும். கோலா மீனைச் சாப்பிட்டு எனக்கு முள் சிக்கிக்கொண்டது. அதுதான் எந்நேரமும் புலம்பிக்கொண்டே இருக்கிறேனே...

"ராஜா... இந்த முள் இவ்வளவு நாள் போகாம இருக்கிறதப் பாத்தா இது முள்ளுதானான்னே எனக்குச் சந்தேகமா இருக்கு. ஒருவேளை முடி கிடி சாப்பாட்டில் கிடந்து சிக்கிக்கொண்டிருந்தால்...?"

எனக்கு முடி என்றதும் பயமாகிவிட்டது... அதோடு விடாமல், "ஒரு வேளை ஒன்னோட ப்ரமையாவும் இருக்கலாம்" என்றான்.

எனக்கு எரிச்சல் வந்துவிட்டது.

"அப்படின்னா... உன் அப்பாவோட நான் நேத்து ராத்திரி சினிமா பார்த்தேனே... அவர் எப்படி அந்த நேரத்துலெ உன்னோட சண்டை போட்டிருக்க முடியும்... ஏதாவது கனவு கினவு கண்டிருப்பெ..."

"எனக்குக் கோபம் வரல்லெ..."

என் எரிச்சல் இன்னும் அதிகமாகியது.

"என்ன ராஜா... இவ்வளவு நேரம்? இனிமே நீ வெளியே போகக் கூடாது நாளைக்கு நாங்க ஊருக்குப் போற வரைக்கும் வீட்லயேதான் இருக்கணும்..."

வீட்டில் நுழைவதற்குள் அத்தையின் ஆர்டர்...

"இப்ப என்ன ஊருக்கு அவசரம்? இன்னும் அஞ்சாறு நாள் கழிச்சுக் கிளம்பறது..."

"நான் என்ன பண்றது ராஜா... உன் மாமாதானே..."

"ஆமா, நீங்களும்தான் ஊருக்குப் போகணும் போகணும்னு பறக்கறீங்க..."

- இதுக்கு அத்தை பதில் சொல்லவில்லை...

நான் போய் கொல்லைக் கிணற்றில் குளித்துவிட்டு, திண்ணைக்கு வந்தேன்... அத்தை இல்லை. அறையில் படுத்திருக்கலாம் என்று அறைக்கு வந்தேன். அங்கே...

டேபிளின்மீது தலையைக் கவிழ்த்துக்கொண்டு சின்னக் குழந்தை மாதிரி குலுங்கிக் குலுங்கி...

"அத்தை... என்ன இது?"

தலையின் மீது கைவைத்து நிமிர்த்தினேன்.

"இப்ப உனக்குத் திருப்திதானே ராஜா... இவ்வளவுதான் நீ என்னத் தெரிஞ்சுக்கிட்டது..."

- எனக்கு என் மேலேயே வெறுப்பு ஏற்பட்டது. எவ்வளவு மென்மையான

மனசைப் புண்படுத்தி இருக்கிறேன்.

தலையின் மீது வைத்த கையை நான் எடுக்கவே இல்லை.

இன்னும் சில நிமிஷங்கள்தான்... அப்புறம் வீடே வெறிச்சோடிக் கிடக்கும்...

இதோ புறப்பட்டுவிட்டார்கள்... அத்தையும் மாமாவும்... நானும் கிளம்பினேன், ஸ்டேஷன் வரைக்கும்...

ட்ரெய்ன் எட்டு மணிக்குத்தான் கிளம்பும்... ஒரு மணிநேரம் முன்னாலேயே வந்தாச்சு... தம்பியும், மாமாவும் ஜன்னலோரத்தில் இடம் பிடித்துவிட்டார்கள்.

அத்தை என்னுடனேயே நின்றுகொண்டிருக்கிறார்கள். "அடிக்கடி லெட்டர் எழுதுவியா..." என்று கேட்டுக்கொண்டே என் கைகளைப் பற்றிக் கொள்கிறார்கள்...

கண்ணீர்...

எனக்கு அப்படியே அத்தையைக் கட்டிக்கொண்டு கதற வேண்டும் போல் இருக்கு... ஆனால் கண்களில் ததும்பிய கண்ணீரைக்கூட கீழுதட்டைப் பற்களால் கடித்துக்கொண்டு அடக்கிக் கொள்கிறேன்...

எவ்வளவு நேரம் இப்படிப்போனதோ தெரியவில்லை. திடீரென்று அத்தை கண்களைத் துடைத்துக்கொண்டு உள்ளே போய் தம்பி உட்கார்ந்திருந்த இடத்தில் அமர்ந்தார்கள். தம்பி கீழே இறங்கினான்...

நான் ஜன்னலருகில் போய் அத்தையின் கையைப் பிடித்துக்கொண்டேன்.

'இந்தக் கைக்கு இப்படியே ஒரு முத்தம் கொடுத்தால் என்ன...?'

ட்ரெய்ன் லேசாக நகர்ந்தது. நான் கைகளை எடுத்துக்கொண்டேன்... ட்ரெய்ன் கொஞ்சங் கொஞ்சமாக வேகம் பெறுகிறது.

வெளிச்சம் தெரிகிறவரை ஒரு கை மட்டும் அசைந்துகொண்டிருந்தது தெரிந்தது.

வீட்டிற்கு வந்து அறைக்குள் போய் லைட்டை ஆஃப் பண்ணிவிட்டு நாற்காலியில் அமர்ந்தேன். ஒரு பெண்ணின் குரல். 'கோலா... கோலா... ரூபாய்க்கு ஏழு கோலா... கோலா...' என்று, ஒரு ராகத்துடன் ஒலித்தது...

கொல்லைப்பக்கம் போய் சுட்டுவிரலைத் தொண்டைக்குள் விட்டுக் குடைந்தேன்...

குமட்டல்தான் வந்தது...

முள்...?

கணையாழி
- டிசம்பர், 1979

கிரிக்கெட்டை முன்வைத்து புத்திஜீவிகளுக்கு ஒரு முட்டாள் சொல்லிக்கொண்டது

என் பெயர் முஹையத்தீன். இந்தப் பெயர் உங்களுக்கு அறிமுகமானது தான். ஆம். முன்பு ஒருமுறை இந்தப் பெயரில் உங்கள் சிற்றேடு ஒன்றில் சில கவிதைகள் எழுதியிருக்கிறேன். அது நான்தான். அந்தக் குப்பைகளை நானறியாமலே எடுத்துப் பிரசுரம் செய்துவிட்டான் ரவி. பாஸ்டர்ட். பிரசுரமானதும் அதை என்னிடம் அவன் காண்பித்த அன்று இருவருக்கும் ஏற்பட்ட தகராறில் அவன் என் வீட்டுப்பக்கமே இரண்டு நாட்கள் வரவில்லை. ஏதோ பொழுதுபோவதற்காக கிறுக்கியதையெல்லாம் எடுத்து பிரசுரித்துவிடுவதா? இலக்கியமாம் இலக்கியம். லவ்டே கா பால்.

நேற்று அவன் ஒரு நாவலைக் கொடுத்து படித்துப் பார்க்கச் சொன்னான். பெயர்கூட ஏதோ நினைவுப்பாதையோ எதுவோ. யாரோ உங்கள் ஆள் ஒருத்தர்தான் எழுதியது. இந்த எழவெல்லாம் வேண்டாம், எடுத்துப்போய் விடு என்று சொன்னேன். கேட்காமல் கட்டாயப்படுத்தினான். தமிழின் முதல் எக்ஸிஸ்டென்ஷியல் நாவல் என்று சொன்னான். தமிழில் முதலானால் எனக்கென்ன? கடைசியானால் எனக்கென்ன? எக்ஸில்டென்ஷியலிசம் என்றதும் கொஞ்சம் படிக்கலாமே என்று தோன்றியது. எக்ஸிஸ்டென்ஷியலிச எழுத்து ஒரு சிலவற்றைப் படித்திருக்கிறேன். படித்ததெல்லாம் ஒரு துப்பறியும் நாவல் மாதிரி விறுவிறுப்பு கொண்டவை. Being and Nothingness-இல் கூட பல இடங்கள் அப்படித்தான் இருக்கிறது. துப்பறியும் நாவல் பற்றிக் குறிப்பிட்டேன் அல்லவா? அது பற்றிக் கொஞ்சம் சொல்ல வேண்டும். பிறகு சொல்கிறேன். இப்போது நேற்று அவன் கொடுத்த குப்பை பற்றி. நாவலாய்யா அது? ஒரு விறுவிறுப்பு இல்லாத எழுத்து எழுத்தா? தாஸ்தாவஸ்கியைச் சொல்லுங்கள், ஒத்துக்கொள்கிறேன். Being and Nothingness - இல் துப்பறியும் நாவல் தரும் விறுவிறுப்பைத் தேடி உங்களிடம் குறைவான மதிப்பெண்பெற்ற என்னை தாஸ்தாவஸ்கி என்றதும் உயர்வாக நினைத்திருப்பீர்கள்.

பொறுங்கள், சொல்கிறேன். தாஸ்தாவஸ்கியில் காணும் விறுவிறுப்பு எனக்கு எம்.ஜி.ஆர். படங்களிலும் கிடைக்கிறது.

"பரவாயில்லை, எங்கள் ஆட்களிலேயே மிகச்சிறந்த எழுத்தைப் படைக்கும் சிலர் ரஜினிகாந்தின் ரசிகர்கள்தான்."

அப்படியானால் நான் ஒரு பட்டியல் தருகிறேன். அப்போதுதான் நான் சொல்லும் விறுவிறுப்புக் குறித்து உங்களுக்குப் புரியும்.

1. மேரி கொரெல்லி:

இவளுடைய நாவலை ஒரு நாளில் பதினைந்து பதினாறு மணி நேரத்திற்குமேல் படித்திருக்கிறேன். ஒரே அமர்வில் நாலைந்து நாட்களில் படித்து முடித்துவிட்டுத்தான் குளிப்பது கொள்வது எல்லாம். முக்கியமாக அவளுடைய தெல்மா என்ற நாவலைப் படித்துப் பார். நிறையவே எழுதியிருக்கிறாள். ஆம், இது மிக முக்கியமான ஒரு அம்சம். ஒரு நாவல் என்றால் அது நானூறு பக்கத்திற்குக் குறையாமல் இருக்க வேண்டும்.

2. ஜெனே.

3. ஹென்றி ஷாரியர்.

4. அலெக்ஸ் ஹெய்லி.

5. பெரிய எழுத்துக் கதைகள்.

6. காப்ரியல் கார்ஸியா மார்க்கேஸ்.

7. அலெக்ஸாந்தர் துய்மா.

8. கல்கியின் பொன்னியின் செல்வன். (இதில் பழுவேட்டரையர், நந்தினி போன்றவர்கள் வரும் பகுதிகள் அலுப்புத்தட்டக்கூடியவையே என்றாலும் மற்றவையெல்லாம் திரும்பத்திரும்ப படித்தாலும் இன்பம் தரக்கூடியவை).

அநேகமாக, என் ஞாபகத்தில் வந்தவரை நான் படித்த சுவாரசியமான எழுத்து இவ்வளவுதான். இந்தப் பட்டியலில் துப்பறியும் கதைகள் அடங்கா. அவற்றில் விறுவிறுப்பு உண்டென்றாலும் அது ஒரு ஏமாற்று விறுவிறுப்பு. கட்டுப்பாடின்றி கடைசிப் பக்கங்களைப் புரட்டிப் பார்த்துவிட்டால் தொலைந்தது. அப்புறம் கதையைக் கையில் எடுக்க முடியாது. ஆனால் துப்பறியும் சினிமாவில் இந்தப் பிரச்சினை இல்லை. படங்கள்தான் ரொம்பவும் சொற்பம். அதனாலென்ன? மற்றவகை படங்களில் சுவாரசியமானவை ஏராளம் உண்டு.

புதுக்கவிதை என்று ஒரு படம். முடியும்வரை இருக்கை முனையிலேயே இருக்கவைத்த படம். இந்தப் படத்திற்கு ரவியையும் கூட்டிப் போயிருந்தேன். ஸ்டுப்பிட் என்று திட்டிக்கொண்டே உட்கார்ந்திருந்தான். ப்ளடி ஸ்கௌன்ட்ரல். அவனுக்கும் படம் சுவாரசியமாகத்தான் இருந்திருக்கும். ஆனாலும் அவனுடைய தரத்திற்கு இந்தப் படத்தை ரசித்தால்? ஒரு இடைச்செருகல் - ஒருவேளை அவன் என்னுடன்

கொண்டுள்ள நட்புறவும்கூட இதே மாதிரி தானோ என்று ஒரு சந்தேகம் இருந்துகொண்டிருக்கிறது. முட்டாள்தனங்களைத் தானே இனம் கண்டுவிட்டதால், அவனால் அவற்றுடன் நேரடி உறவு கொள்ளமுடியாமல் போய், ஒரு ஏக்கப் பிரதிபலிப்பாக என்னுடன் நட்பு கொண்டிருக்கிறானோ? தெரியவில்லை.

எனக்கானால் நான் முட்டாளாகத் தெரியவில்லை. உங்களைத்தான் நான் முழு மூடர்களாக நினைக்கிறேன். சிற்றேடுகள் நடத்தும் முழு மூடர்கள். இந்தச் சிற்றேடுகளைக் கண்டாலே எனக்குப் பற்றிக் கொண்டு வருகிறது. புல்ஷிட். யாருக்கும் புரியாமல் பிதற்றிக்கொண்டு, ஒருத்தனுக்கு ஒருத்தன் திட்டிக்கொண்டு, இதில் இன்னொரு கூட்டம், நாங்கள் மக்கள் பக்கம் என்று சொல்லிக்கொண்டு பசி பட்டினிக் கதைகள். இதில் ரவியும் சேர்த்தி. அவன் எழுதியிருந்த டீ என்ற கதையைப் படித்தேன். ஒரு டீ குடிக்க படாதபாடு படுகிறானாம் ஒருத்தன். டேய்... பனாதைப் பயலே... பசித்தால் போய் திருடு. இல்லாவிட்டால் குப்பி கொடு. ஏன் பயமாக இருக்கிறதா? வெட்கமாக இருக்கிறதா? அப்படியானால் நீ உயிரோடு இருக்க லாயக்கில்லை. செத்து ஒழி.

பொழுதுபோவது பெருத்த சிரமமாக இருக்கிறது. இந்த நினைவுப் பாதை - அது ஒரு கொடுமை. மைக்கேல் ஜாக்ஸன், கங்குபாய் ஹங்கல், பிஸ்மில்லா கான் - இவர்களின் கேஸட் கிடைத்தால் ரவியைக் கொண்டுவரச் சொல்லியிருக்கிறேன். அதுவரை கொஞ்சம் எழுதலாம் என்று சாய்ந்து உட்கார்ந்தேன்.

இங்கிலாந்துக்கும் பாரதத்துக்கும் நடந்துகொண்டிருக்கும் போட்டியில் இன்று ஐந்தாவது நாள். இன்றைய ஆட்டத்தில் அவ்வளவு விறுவிறுப்பு இருக்காது. பாரதத்துக்கு ஏற்கனவே வெற்றி நிச்சயமாகிவிட்டது. இன்று வெளியே எங்காவது போகவேண்டியதுதான். வெளி உலகம் பார்த்து நான்கு நாளாகிறது.

ரவியைப் பார்க்கப் போகலாமா என்று ஒருகணம் யோசித்தேன். ம்ஹும். பயனில்லை. அவன் இந்நேரம் அலுவலகம் கிளம்பியிருப்பான். சரி, மிஸ்ராவையாவது பார்க்கலாம் என்று கிளம்பிப் போனேன். வெயில் சுகமாக காய்ந்தது. இன்னும் சிறிதுநேரம் இந்த வெயிலில் நிற்கலாமே என்று, ஒரு பஸ்ஸை விட்டுவிட்டு அடுத்து வந்த பஸ்ஸில் ஏறினேன்.

I.T.O-வில் எப்போதும் போலவே அலுவலகம் போகும் கூட்டத்தை போலீசாரும் N.S.S. பையன்களும் பெண்களும் ஒழுங்குபடுத்திக் கொண்டிருந்தார்கள். சாலையின் நடுவில் நின்று கைகளை மடக்கி நீட்டி வாகனங்களுக்கும், மனிதர்களுக்கும் சைகை காண்பித்துக் கொண்டிருந்த கான்ஸ்டபிளின் அருகில் அடிக்கடி அதே இடத்தில் நான் பார்க்கும் ஒரு போலீஸ் இன்ஸ்பெக்டர் இன்றும் நின்றுகொண்டு இருந்தான். ஆறரை அடி உயரம் இருப்பான். அதற்கேற்ற பருமன். இந்த

வேலைக்கென்றே பிறந்தவன்போலிருந்தான். I.T.O-வில் போக்குவரத்து விதிகளை அனுசரித்து நடப்பது மிகவும் சிரமமான ஒன்று. நான் நிற்கும் இடத்திலிருந்து பஸ் நிறுத்தத்தை அடைய மூன்று நான்கு முறை சிக்னலுக்காகக் காத்து நிற்கவேண்டியிருந்தது.

குறுக்கே புகுந்தேன். ஒரு பெண் என் தோளைத்தொட்டு ஒழுங்கான பாதையில் போகும்படி சொன்னாள். இறுக்கமாகக் கவ்வி இழுத்துப் பிடித்திருந்த ஜீன்ஸையும், பனியனையும் பார்த்தபோது அவள் வலக்கையில் கட்டி இருந்த N.S.S. அடையாளத் துணி தெரிந்தது.

ரவி முதன்முதல் அவன் ஊரிலிருந்து சென்னை வந்து கொஞ்ச காலம் தங்கி இருந்தபோது ஒரு நாள் இதைப்பார்த்து அதிர்ச்சியுற்று, என்ன செய்வதென்று புரியாமல் சாராயக் கடைக்குள் நுழைந்து கணக்கு வழக்கில்லாமல் குடித்தது இப்படியாகத்தான் என்று சொன்னான். இன்னமும் அவன் தில்லி வந்து இத்தனை வருடங்கள் ஆகியும்கூட, அவனால் இதை ஜீரணிக்கவோ, பழக்கமாக்கிக் கொள்ளவோ முடியவில்லை. "என்னடா இது, பெண்கள் இப்படி நிர்வாணமாக நடக்கிறார்கள். எல்லார் மீதும் விழுந்து புரண்டு செய்யலாம்போலிருக்கு... கட்டுப்படுத்தவே முடியவில்லை" என்று சொல்லுவான்.

திடீரென்று ஒரு குதிரை வண்டியைத் துரத்திக்கொண்டு போலீஸ் காரன் ஒருவன் விசிலை ஊதிக்கொண்டே ஓடிவந்தான். குதிரை வண்டி நிற்கவில்லை. போலீஸ்காரனும் விடாமல் துரத்தி வந்தான். I.T.O. நாற்சந்தியை அடுத்து இருக்கும் பஸ் நிறுத்தத்தில் நின்று கொண்டிருந்த பேருந்துகளால் குதிரை வண்டிக்குப் போக இடமின்றி நிறுத்தவேண்டி வந்தபொழுது போலீஸ்காரன் அதைப் பிடித்தான். ஒரு தட்டு தட்டினால் செத்துவிடுவான் போலிருந்தான் போலீஸ்காரன். குதிரை வண்டிக்காரன் சத்தம் போட்டுக் கொண்டிருந்தான். குதிரை வண்டிக்காரன் என்று அவனைச் சொல்வது சரியாயிருக்காது. அவன் ஒரு பதினாலு, பதினைந்து வயதுச் சிறுவன். வண்டியில் நாலைந்து பெண்களும், ஒரு கிழவியும் உட்கார்ந்திருந்தார்கள். அவர்களும் இந்தச் சிறுவனும் ஒரே குடும்பத்தை அல்லது கிராமத்தைச் சேர்ந்தவர்களா யிருக்கலாம். அவனைப் பார்த்தால் அந்த வண்டியை வாடகைக்கு ஓட்டுபவனாகத் தெரியவில்லை. போலீஸ்காரன் நலிந்த குரலில், அவனைக் கீழே இறங்கச் சொல்லிக் கொண்டிருந்தான். சிறுவன் பதிலுக்கு அவனைத் திட்டினான். இதற்கிடையில் அந்த உயரமான இன்ஸ்பெக்டர் 'பைக்கில் வந்து சேர்ந்தான். சிறுவனிடம், 'டேய், இறங்கு கீழே' என்று அடிப்பதுபோல் சொன்னான். சிறுவன் இறங்கவில்லை. அப்போதும் அவன் உரத்த குரலிலேயே சண்டை பிடிப்பதுபோல் பேச ஆரம்பித்தான். அடுத்த கணத்திலேயே இன்ஸ்பெக்டர் அவன் கையைப் பிடித்து கீழே இழுத்து வீசியெறிந்தான். சாலையில் குப்புற வந்து விழுந்தான் சிறுவன். கண் மண் தெரியாமல் இன்ஸ்பெக்டர் அவனை அடித்தான். காயடிக்கையில் கிடா கத்துவது மாதிரி கத்தினான் சிறுவன். கத்தக்கத்த பலமாக அடித்தான் இன்ஸ்பெக்டர். பஸ்

நிறுத்தத்தில் நின்றிருந்த அனைவரும் கும்பலாய்க் கூடி வேடிக்கைப் பார்த்தோம். கிழவி வண்டியிலிருந்து இறங்கி ஓடி வந்து 'பச்சா ஹை சாப், மாஃப் கர்னா சாப்' என்று சொல்லிக்கொண்டே அவனுடைய காலில் விழுந்தாள். இன்ஸ்பெக்டருக்குச் சற்று தூரமாய்த் தள்ளி, சூரிய நமஸ்காரம் செய்வதுபோல் கைகளைத் தலைக்குமேல் கூப்பி உடம்பு தரையில் பட விழுந்து விழுந்து எழுந்தாள். அப்போதுதான் இன்ஸ்பெக்டர் அடியை நிறுத்தினான். ஒன்றுமே சொல்லாமல் 'பைக்'கை எடுத்துக்கொண்டு புறப்பட்டான்.

நான் ஏறவேண்டிய பஸ் வந்தது. ஃபுட் போர்டில் தொங்கிக் கொண்டிருந்தவர்களுடன் நானும் சேர்ந்து, கம்பியைப் பிடித்து தொற்றிக்கொண்டு மிகுந்த பிரயாசை எடுத்து உள்ளே செல்ல முயன்றேன். உள்ளே மூன்றுபேர் டேப் அடித்துப் பாடிக் கொண்டிருந்தது நம்பமுடியாததாக இருந்தது. அதில் ஒருவருடைய குரலும் பாடும் முறையும் என்னை மிகவும் கவர்ந்திழுத்தது. அருகே போய் என்னை மறந்து கேட்டுக்கொண்டு இருந்தேன். பாட்டு முடிந்ததும், எல்லோரிடமும் காசுக்காக டேப்பை நீட்டினார்கள். யாரும் போடுவதாக இல்லை. அது ஒன்றும் ஆச்சரியம் தரத்தக்கதும் அல்ல. பஸ்ஸில் அநேகமாக நிறைந்திருந்தது குமாஸ்தாக்கள்தான். இவர்களிடம் எதுதான் என்ன செய்துவிட முடியும்? பாஸ்ட்டார்ட்ஸ். மாணவர்களாய்த் தெரிந்த சிலர் மட்டும் ஏதோ போட்டார்கள். இவ்வளவு நேரம் பாடியதற்கு கிடைத்த பைசா அவர்கள் தேனீர் அருந்தக்கூட போதுமானதா யிருக்குமா என்பது சந்தேகம். என்னிடம் வந்தபோது ஒரு ஐந்து ரூபாய்த் தாளை எடுத்து அவன் கையில் கொடுத்தேன். அதை அவன் உயர்த்திக் காண்பித்து 'ஐந்து ரூபாய் கொடுத்த ஐயாவுக்கு நன்றி' என்று சொன்னான். அதற்கப்புறம் அவன் அடுத்த வரிசையில் டேப்பை நீட்டியபொழுது நாலணா, எட்டணா காசுகள் விழுந்தன.

ரிங் ரோடில் சாந்திவனத்தைத் தாண்டி திடீரென்று போக்குவரத்து நெரிசல் ஏற்பட்டது. பேருந்துகள் ஊர்ந்துகொண்டு இருந்தன. இறங்கி என்னவென்று பார்த்தேன். ஏதோ ஒரு லாரியில் அடிபட்டுக் குப்பையாக சுருண்டு கிடந்தாள் ஒரு கிழவி. தலை தனியாக எங்கோ போய்க் கிடந்தது. ஒரு மூலையில் கைத்தடி. பாவம் லாரிக்காரன். யாரோ ஒரு கூன்விழுந்த கிழவி குறுக்கே விழப்போய் இப்போது அவன் கம்பியெண்ணப் போகிறான்.

நான் பார்த்த விபத்துக்களெல்லாம் ஞாபகம் வந்தது. ஒரு ஜூலை மாத மதிய நேரம். மூளையை உருக அடிக்கும் வெயில். I.P. காலேஜ் நிறுத்தத்தில் நின்றுகொண்டிருந்த ஒரு கிழவியின்மேல் பஸ்ஸை விட்டடித்து ரொம்ப தூரம் சென்று நிறுத்தினான் அந்த டிரைவர். படுகிழமான அவன் தூங்கிக்கொண்டே பஸ் ஓட்டி வந்ததை கவனித்து நான் கையை உயர்த்திக் கத்துவதற்குள் எல்லாம் முடிந்துவிட்டது. பரங்கிப் பழம்போல் பெருத்திருந்த அந்தக் கிழவி மிக மெதுவாக வந்த அந்த பஸ்ஸின் அடியில் பீப்பாய் உருளுவதுபோல் உருள, இது

எதையும் கவனிக்காமல் அந்தக் கிழ டிரைவர் தூங்கிக்கொண்டே போய்க்கொண்டிருப்பதைப் பார்த்து எல்லோருமாய் கூப்பாடு போட்டு பஸ்ஸை நிறுத்தினோம். பிரயாணிகள் அதிகம் இல்லாத அந்த பஸ்ஸிலேயே கிழவியைப் போட்டு ஆஸ்பத்திரிக்கு அனுப்பி வைத்தோம்.

இன்னொரு விபத்து ஒரு அதிகாலையில் நடந்தது. அவ்வளவு காலையில் நான் திர்லோக்புரி பக்கம் பஸ்ஸில் போக நேர்ந்ததன் காரணம் என்னவென எனக்கு ஞாபகமில்லை. திர்லோக்புரியினுள் நுழையும் முன்பாக இருந்த நிறுத்தத்தில் இறங்குவதற்காக டிரைவருக்குப் பக்கத்தில் படிக்கட்டு அருகில் நின்றுகொண்டிருந்தேன். டிரைவர் வேகத்தைக் குறைத்து, என்னைப் பார்த்து இறங்க வேண்டுமா என்று கேட்டான். அதற்குள் வலப்புற சந்தொன்றிலிருந்து கண்மண் தெரியாத வேகத்தில் வந்து மாட்டினான் ஸ்கூட்டரில் வந்த ஒருவன். ஸ்கூட்டரிலிருந்து மல்லாந்து அவன் பஸ்ஸின் அடியில் போவது கண்ணாடி வழியாகத் தெரிந்தது. டிரைவர் என்னைப் பதற்றத்துடன் பார்த்து, வண்டியை நிறுத்தினான். எல்லோரும் இறங்கிப் பார்த்தோம். அவனுக்கு மூச்சு வந்துகொண்டிருந்து அவனுடைய மார்பின் ஏற்ற இறக்கத்திலிருந்து தெரிந்தது. எல்லோரும் அடுத்து என்ன நிகழப் போகிறது என்று உற்றுக் கவனித்தோம். மூக்கில் இருந்து லேசாக ரத்தம் வழிய ஆரம்பித்தது. இதற்கிடையில் டிரைவரும் கண்டக்டரும் எங்கே என்று சிலர் தேடினார்கள். “அவர்கள் ஓடியிருப்பார்கள், அடிக்கு பயந்து” என்றான் ஒருவன். விழுந்து கிடந்தவனுக்கு பக்கத்தில் அவனுடைய கைக்கடிகாரம் தனியாகக் கிடந்தது. ரத்தம் இப்போது காது வழியாகவும் வருவதைக் கவனித்தேன். நிறைய வழிந்து ஓடியது. பாஸ்டார்ட். ஹெல்மெட்டும் போட்டுக் கொள்ளாமல் தலைதெறிக்கிற அவசரத்துடன் எங்கே போய்க் கொண்டிருந்தான் இவன்? இவன் பக்கத்திலுள்ள பாண்டவ் நகரைச் சேர்ந்த ‘டேகேதார்’ என்று யாரோ சொன்னார்கள். பணத்தைப் பற்றியே இருபத்துநாலு மணி நேரமும் நினைக்க வைக்கிற வேலை. அவனுக்குப் பக்கத்தில் கிடந்த கைக் கடிகாரம் இப்போது அங்கே இருக்கவில்லை என்பதைக் கவனித்தேன். கொஞ்சநேரத்தில் அவன் உடம்பு ஒரு துடிப்பு துடித்து அடங்கியது. உயிரின் துடிப்பைக் காண மிகவும் வினோதமாகத்தான் இருக்கிறது.

என்னவோ தெரியவில்லை, இந்த பஸ் சக்கரத்தைப் பார்க்கும் போதெல்லாம் எனக்குத் தலையைக் கொடுத்துவிடலாம்போல் இருக்கிறது. என்னை மீறிய ஒன்றாயிருக்கிறது அது. அப்போது அறிவும் ஸ்தம்பித்துவிடுகிறது. சக்கரச் சுழற்சி என்னை ஈர்த்துத் தன் வசம் இழுப்பது மட்டுமே தெரிகிறது. இருந்தாலும் ஒவ்வொருமுறையும் இதிலிருந்து தப்பித்துக்கொண்டிருக்கிறேன். அதுவும் எப்படி என்று தெரியவில்லை.

மிஸ்ரா அவனுடைய அறையில் இல்லாதது ஏமாற்றமாக இருந்தது. காஃபி ஹவுசில் இருக்கலாம் என்று அங்கு வந்து தேடியபொழுது

கிடைத்தான்.

பாரதம் வென்றுவிட்டதைச் சொன்னான். பின்னர் கொஞ்சநேரம் அதுபற்றி பேசிக்கொண்டிருந்தோம். 'அறைக்குப் போகிறேன், வருகிறாயா?' என்று கேட்டான், போனேன்.

'கொஞ்சம் விஸ்கி அருந்துகிறாயா?' என்றான். இந்த நேரத்தில் வேண்டாம் என்று மறுத்துவிட்டேன். மிஸ்ரா ஒரு பாட்டிலைக் கொண்டுவந்து காட்டினான். Chivaz Regal. சுஷ்மா கொடுத்தாளாம். மிகவும் ஆச்சரியமானதொரு கேர்ள் ஃப்ரண்ட்.

சாப்பிட்டோம்.

மிஸ்ராவுடன் மது அருந்துவதில் ஒரு சிரமம் இருந்தது. அவன் பேசவேமாட்டான். மது உள்ளே போனதுமே பேசுவதை நிறுத்தி விடுவான்.

எவ்வளவு நேரம் பேசாமல் உட்கார்ந்திருப்பது? நான் விடைபெற்றுக் கொண்டு கிளம்பினேன். வந்த ஏதோ ஒரு பஸ்ஸில் ஏறி அமர்ந்தேன். கொஞ்ச நேரத்திலேயே பரிசோதகர்கள் வந்தார்கள். டிக்கட் கேட்ட பொழுது இல்லை என்றேன். வாங்கச் சொன்னார்கள். முடியாது என்றபோது விசில் அடித்து பஸ்ஸை நிறுத்திக் கீழே இறக்கிவிட்டார்கள்.

நல்லவேளையாக, I.P. காலேஜ் நிறுத்தத்திற்கு அருகில்தான் இருந்தேன். பக்கத்திலிருந்த சந்தன் சிங் கடைக்குப் போகலாமே என்று தோன்றியது. போனேன். சந்தன் சிங் கடையில் ஒரு வருடத்திற்கு முன்பு பார்த்திருந்த அதே இளைஞர்களையும், அதே சிகரெட் குடிக்கும் பெண்களையும் பார்த்தேன். எதிரிலிருந்தவன் மிகுந்த சிரத்தையோடு சிகரெட்டிலிருந்து புகையிலையை உதிர்த்துக்கொண்டிருந்தான். உதிர்த்துவிட்டு, தான் வைத்திருந்த தூளை அதில் அடைத்தான்.

சிகரெட் பாக்கெட்டில் இருக்கும் ஜவ்வுத் தாள், ஐந்து பைசா நாணயம் -இரண்டையும்கூடப் பயன்படுத்தினான். எப்படிப் பயன்படுத்தினான் என்ற விளக்கங்களுக்கு நான் போகப்போவதில்லை. ஆனால், அதை அவன் குடித்து முடித்தபோது அந்த அலுமினிய ஐந்து பைசா நாணயம் உருகி உருக்குலைந்து போனதைக் கண்டு நான் ஆச்சரியமடைந்ததை சொல்லத்தான் வேண்டும். எலும்புருக்கி நோய் வந்து செத்துப்போன தன் தந்தையைப் பற்றி ரவி சொல்லியிருந்தது ஞாபகம் வந்தது. அவர் ஒரு அலுமினியத் தொழிற்சாலையில்தான் வேலை பார்த்து நோய்கண்டு செத்தாராம்.

என் முன்புறம் ஒரு பெண், தொடர்ச்சியாக சிகரெட்டை ஊதித் தள்ளிக்கொண்டு இருந்தது எனக்கு எரிச்சலை உண்டாக்கியது. புகையை மிகவும் ஆழ்ந்து இழுத்தாள் அவள். கை, கால்கள், தலை என்று எல்லா உறுப்புகளுக்கும் சென்று திரும்புவதுபோல் புகை வெளிவர நீண்டநேரம் எடுத்தது.

வெளியில் வந்து அங்கிருந்த ஒரு கடையிலிருந்து வெள்ளைத்தாள்

வாங்கி தனியாக ஒரு மூலையில் அமர்ந்து போலீஸ் கமிஷனருக்கு ஒரு புகார் எழுத ஆரம்பித்தேன். சந்தன்சிங் கடைபற்றிக் குறிப்பிட்டு, பல இளைஞர்கள் இதை கஞ்ஜா மடமாக உபயோகித்து வருவதையும் எழுதி, பொதுமக்கள் நலன் கருதி உடனடியாக நடவடிக்கை எடுக்கு மாறு கேட்டுக்கொண்டு தபாலில் சேர்த்தேன்.

புகாரில் என் பெயர், விலாசம் எதுவும் கொடுக்காததால் நடவடிக்கை எடுக்கப்படாது போய்விடுமோ என்று ஒரு கணம் சந்தேகம் வந்தது. இல்லை, அப்படி ஆக சாத்தியமில்லை. சந்தன் சிங் கடை, அதன் முகவரி எல்லாம் விபரமாகக் குறிக்கப்பட்டுள்ளதால் எப்படியும் நடவடிக்கை எடுப்பார்கள். திடீர் சோதனையின்போது மாட்டிக்கொண்டு இந்த இளைஞர்கள் கம்பி எண்ணப் போவதை நினைத்தால் சிரிப்பாக வந்தது.

நான் எழுதுவதையெல்லாம் கிழித்துப்போட்டு விடுவது பற்றி ஒரு நாள் என்னுடன் சண்டை பிடித்தான் ரவி. பதிலுக்கு அவனைக் கிழிகிழியென்று கிழித்தேன் - இலக்கியம் செய்கிறேன் பேர்வழி என்று அவனும் மற்ற சிறு சஞ்சிகைக்காரர்களும் செய்துகொண்டிருக்கும் பித்தலாட்டங்கள் பற்றி. ஆனால் நான் திட்டிக்கொண்டிருக்கும்போதே வயிற்றைப் பிடித்துக்கொண்டு சுருண்டுவிட்டான் அவன். பேச்சை நிறுத்திவிட்டு அவன் பக்கத்திலேயே அமர்ந்திருந்தேன்.

"எப்போதுமே இப்படி வந்ததில்லை. புதிதாயிருக்கிறது" என்றான். சிறுநீர் கழிப்பதற்குக்கூட குனிந்து வயிற்றைப் பிடித்துக்கொண்டும், ஒரு கையால் என்னைப் பிடித்துக்கொண்டும்தான் போனான். கத்திப் பேசியது அவனுடைய பௌதீக இயக்கத்தையே பாதித்துவிட்டது என்றறிந்து, இனிமேல் அவனிடம் இப்படிப் பேசவேகூடாது என்று முடிவெடுத்தேன்.

அவ்வளவுதான்.

நான் சொல்லவந்த கதை முடிந்தது.

இன்று காலை ரவியிடம் இதைப் படிக்கக் கொடுத்தேன். படித்துவிட்டு "தலைப்பு?" என்றான்.

"கிரிக்கெட் என்று வைத்துக்கொள்ளேன்."

"கிரிக்கெட்டைப் பற்றி இதில் ஒன்றுமில்லை. ஆனாலும் இருந்துதான் ஆகவேண்டும் என்ற கட்டாயமும் இல்லை. பிரசுரித்துவிடலாம்."

இந்த பேச்சுக்குப் பிறகு இதில் இன்னும் கொஞ்சம் சேர்க்க வேண்டி யிருக்கிறது என்று சொல்லி வாங்கிவைத்து மறுபடியும் எழுதுகிறேன்.

இந்த ஆஸ்பத்திரி சூழ்நிலையில் பொழுதுபோவது பெருத்த சிரமமா யிருக்கிறது. கால் கட்டுகளுடன் எழுந்து நடப்பதும் இயலாத ஒன்று. எனக்குப் பிடித்த புத்தகங்கள் ரவியிடம் இல்லை. கிரிக்கெட்டும் இல்லை. பாப் ம்யூஸிக், ஜாஸ் எதுவும் கேட்க முடியவில்லை. இது எனக்கு ஆச்சரியமாக இருந்தது. நேற்று ரவி, மைக்கேல்

ஜாக்ஸனைப் போட்டபோது என் உடம்பை இது பாதித்ததை அறிந்தேன். இசைக்கும் மனதிற்கும்தான் உறவிருப்பதாக இத்தனை நாள் நினைத்து வந்திருந்தேன்.

உடம்பும் உண்டு இதில் என்று தெரிந்தது. நிறைய மருந்து மாத்திரை விழுங்குவதாலும், உடம்பு தெம்பு குறைந்திருப்பதாலும் இருக்கலாம் என்றான் ரவி. ஆனால் பிஸ்மில்லாகான் போன்றவைகளைக் கேட்க முடிகிறது. ஒருவேளை, நாதஸ்வரம் (தவில்!) கேட்க முடியாமல் போகலாம். பிஸ்மில்லாகானையும் எத்தனை மணிநேரம் கேட்டுக் கொண்டிருப்பது? பொழுதுபோக்கிற்காக மேற்கண்டவைகளைக் கிறுக்கினேன். இந்தக் குப்பைகளை வழக்கம்போல் கிழித்துப் போட்டுவிடாமல் ரவியிடம் படிக்கக் கொடுத்ததற்குக் காரணம் ஒன்றுண்டு.

அவன்தான் சொன்னான்: 'எழுதுகிறவனின் பங்கு ஐம்பது சதவீதம்தான். மீதியெல்லாம் வாசிப்பவனுடையது' என்று. அவன் சொன்னது சரிபோல் தோன்றுகிறது. அப்படியிருக்கத்தானே, ஒரே எழுத்து அவனுக்கு ஒருவிதமாகவும் எனக்கு வேறோர் விதமாகவும் தெரிகிறதென்று நினைத்தேன். ஆனால் அவனும் நீங்களும் வெறும் போலிகளோ என்றும் எனக்கு ஐயமாக இருக்கிறது.

எதையென்று நான் எழுதுவது என்று ஒருமுறை அவனிடம் கேட்டபோது, அவன் சொன்ன பதில்தான் இந்த என் ஐயத்திற்குக் காரணம். அவன் சொன்னான்: எதைப்பற்றி வேண்டுமானாலும் எழுது. நாள்பூராவும் கிரிக்கெட்டிலேயே கழிக்கிறாயே, அதைப்பற்றி எழுது.

கிரிக்கெட் சுவாரசியமான விளையாட்டுதான். அதில் சந்தேகமே இல்லை. (உங்களைப் போன்ற கூமுட்டைகள் இதை மறுக்கக்கூடும். எனக்கு அதைப்பற்றி கவலையில்லை). ஆனால் அதுபற்றி எழுதினால் அது எப்படிப்பட்டதொரு அறுவையாக இருக்கும்! இந்தமாதிரி பிதற்றல்கள்தான் இலக்கியமா?

உங்கள் சிற்றேடுகளின் பாணியில் நான் ஒரு கதை சொல்லட்டுமா?

ஜூம்பகஜூம்பா[1]

நாற்காலியைச் சத்தம் செய்யாமல் சற்றே பின்னுக்கிழுத்து எழுந்து வேட்டியைச் சரிசெய்து கொண்டான் ராமனாதன். மாலை மங்கி இருள் பரவும் நேரம். விளக்கைப் போட எழுந்தானோ என்று சந்தேகித்தேன். அதற்காகத்தான் எழுந்தானெனில் வேண்டாமெனச் சொல்லலாம் என்று நினைத்து வாயை அசைத்தேன். சொற்கள் வரவில்லை. விளக்கைப் போட்டால் இந்த அமைதி குலைந்து விடுமெனவும், பெரும்பிரளயம் ஏற்படப்போவதற்கான சங்கேதமே அதுவெனவும் நினைத்தேன். எந்த இருக்கையிலும் பட்டுவிடாமல்

1. எத்தியோப்பிய பழங்குடியினர் ஆட்டுத் தொட்டிகளை குறிப்பிடும் வார்த்தை.

சர்வஜாக்கிரதையாக வந்தான்.

தண்ணீர்ப் பானை அருகில் போய் சத்தமிடாமல் திறந்து தண்ணீரை எடுத்துக் குடித்தான். குடிக்கும்போது அவன் தொண்டையில் அது ஏற்படுத்திய சப்தம் பிரபஞ்சப் பேரிடியாய் ஒலித்தது, என் செவிகளுக்கு மட்டும்தானா? அல்லது மற்றவர்களுக்குமா? இவர்கள் யாரும் சற்றும் இதைப் பொருட்படுத்தாமல் அமர்ந்திருப்பதைக் காண்கையில் அப்படித்தான் தோன்றுகிறது. திரும்பிவந்து உட்கார்ந்து இருக்கையை முன்னே தள்ளிப் போட்டுக்கொண்டு சாய்ந்தான் ராமனாதன்.

கிரிக்கெட்டைப் பற்றி இப்படி எழுதினால் ஒரு மேட்ச்சுக்கு பத்தாயிரம் பக்கங்கள் எழுதலாமா? நிச்சயமாக, நீங்களெல்லாம் கேணப்பயல்கள் தான்.

(ஆனால் உங்கள் ஆட்களில் ஒருத்தர் என்னை வெகுவாகக் கவர்கிறார். நாகராஜன். 'நான் புரிந்த நற்செயல்கள்' என்ற அந்தக் கதைத் தலைப்பும், நான் அதை மிகுந்த உற்சாகத்துடன் படித்ததும் ஞாபகம் இருக்கிறது. கதை அவ்வளவாக ஞாபகம் இல்லை. கதை என்ன கதை? அந்த 'நற்செயல்கள்' என்பது, ஒருவன் பெண்களிடம் போனதுதான்).

நீங்கள் இந்த இலக்கியம், கிலக்கியம் லவ்டாவையெல்லாம் விட்டு விட்டு கிரிக்கெட்டில் கவனம் செலுத்துங்கள். அதில் ஈடுபாடு கொள்ளுங்கள். அதுதரும் மகத்தான இன்பத்தை உய்யுங்கள். அதுதான் நம்மையெல்லாம் வாழ்விக்க வந்த விளையாட்டு. மனிதனின் அறியாமையை, சோர்வை, துக்கத்தை, அழுகையை, ஏமாற்றத்தை, வலியை எல்லாம் போக்குவதற்கெனவே விளையாட்டென்ற பெயரில் வந்த மாமருந்து அது.

பழைய புத்தகக் கடைகள் பக்கம் வந்து சேர்ந்தான் அவன். Sons and Loversஐ எடுத்து விலை கேட்டான். எட்டு ரூபாய் என்று பதில் வந்தது. ஏழுக்குத் தருகிறாயா என்றான் இவன். 'ஒரு ரூபாய்க்குக் கிடைக்கும் இடத்தில் போய் வாங்கிக்கொள்... வை கீழே புத்தகத்தை' என்று, இவன் கையிலிருந்த புத்தகத்தைப் பிடுங்கி வைத்துவிட்டு 'பெஹன் சூத்' என்று முணுமுணுத்தான். இவன், அவனை காறித் துப்பினான். அவன், இவன்மேல் பாய்ந்து விழுந்து அடித்தான். பக்கத்தில் இருந்தவர்களும் சேர்ந்து கொண்டார்கள். யார் யாரோ யார் யாரையோ அடித்தார்கள். இவனுக்குக் கையில் கிடைத்த ஒருவனின் விரைகளை வெறியுடன் பிடித்து இழுத்தான். அலறலுடன் விழுந்தான் அவன்.

ராகம் (ஜனவரி 1987)
மீட்சி (ஜூலை, 1987)

நட்சத்திரங்களிடமிருந்து செய்தி கொண்டு வந்தவர்களும் பிணந்தின்னிகளும்

> "The Book of Fuzoos - Male Edition"
> by Jacques Didier
>
> Published in French - 1972 - Edition de Minuit
> Translated in English by Catherine Dumont - 1984
> Routeledge - Price not mentioned.

மனித வரலாற்றிலேயே முதன்முதலாக நட்சத்திரங்களையும் கிரகங்களையும் மிக நெருக்கமாகத் தனது தொலைநோக்கிகளால் பார்த்தவர் கலிலியோ கலிலி (1564-1642). அப்போது அவருடைய உணர்வுகள் எப்படி இருந்திருக்கும். அந்த அனுபவங்களை அவர் 'நட்சத்திரங்களிடமிருந்து செய்தி கொண்டுவந்தவன்' (Sidereus nuncius) என்ற நூலில் பதித்திருக்கிறார். பால்வீதி என்பது நட்சத்திரக்கூட்டங்களால் ஆனது என்றும் கிரகங்கள் தாமே ஒளி வீசுவதில்லை - சூரியனிடமிருந்து அவை ஒளியைப் பிரதிபலிக்கின்றன என்றும் அவர் அந்த நூலில் கூறுகிறார்.

தனது 69 ஆவது வயதில், விசாரணைக் கமிஷனின் முன்பாக அவர் மண்டியிட்டு மன்னிப்புக் கேட்டார்: "கலிலியோ கலிலியாகிய நான் பிரபஞ்சத்தின் மையம் சூரியன் என்றும் அது நகராமல் ஒரே இடத்தில் இருக்கிறது என்றும் உளறிவிட்டேன்... இத்தகைய தவறான கருத்துக்களை இப்போது நான் மாற்றிக்கொள்கிறேன்" என்று சொல்லி முடித்துக் கடைசியில் "E pur si muove" (இருந்தாலும்

தேர்வும் தொகுப்பும்: ந.முருகேசபாண்டியன்

பூமிதான் சூரியனைச் சுற்றி வருகிறது) என்று யாருக்கும் காதில் விழாமல் ஈனமாக முனகினார்.

விசாரணைக்குப் பிறகு, கலிலியோவின் புத்தகங்கள் தடை செய்யப்பட்டு அவர் சிறையில் அடைக்கப்பட்டார்(1633).

பிஸாவின் கதீட்ரலில் உள்ள தொங்கும் விளக்குகளின் சீரான இயக்கத்தைப் பார்த்து, தொங்குகின்ற ஒரு பொருளின் எடையோ அல்லது அதன் உயரமோ அதன் இயக்கத்தில் மாற்றம் ஏற்படுத்துவதில்லை என்றும், உயரம்தான் அந்தப் பொருளின் இயக்கத்தின் கால அளவை நிர்ணயிக்கிறது என்றும் சொன்னார். இதுதான் பெண்டுலத்தின் கண்டுபிடிப்பிற்கும் அடிப்படையாக இருந்தது.

பிஸா டவரிலிருந்து ஒரு பவுண்ட் உலோக உருண்டையையும் பத்து பவுண்ட் உலோக உருண்டையையும் கீழே விழச் செய்து இரண்டுமே ஒரே நேரத்தில் தரையை அடைந்ததை வைத்து மேலிருந்து கீழே விழுந்துகொண்டிருக்கும் ஒரு பொருளின் வேகம் அதன் எடையைப் பொறுத்து அமைகிறது என்ற அரிஸ்டாட்டிலின் கோட்பாட்டை மறுத்துத் தன்னுடைய கண்டுபிடிப்பின் அடிப்படையில் வேகம், காலம், தூரம் பற்றிய பல புதிய கோட்பாடுகளை உருவாக்கினார்.

பல்கலைக்கழக ஆசிரியர்களுக்கு உரிய உடையை அணிய மறுத்தார் என்பது போன்ற பல சில்லறைக் காரணங்கள் கூறப்பட்டு பிஸா பல்கலைக்கழகத்திலிருந்து வெளியேற்றப்பட்டார்.

'உலகத்தைப் பற்றிய இரண்டு அடிப்படை விதிகள் குறித்தான விவாதம்' என்ற புத்தகத்தை 1632 இல் வெளியிட்டு, அதன் காரணமாக மீண்டும் விசாரணைக்கு அழைக்கப்பட்டு வீட்டுக்காவலில் வைக்கப்பட்டார்.

வீட்டுக்காவலில் இருந்துகொண்டே 'இரண்டு புதிய விஞ்ஞானங்கள் தொடர்பான விவாதங்கள்' என்ற நூலை எழுதி, அதை ரகசியமாக ஹாலந்துக்கு அனுப்பினார். 1638இல் அந்நூல் பிரசுரமாயிற்று.

ஆனால் அந்த நூலை அவரால் பார்க்க முடியாமல் அதே ஆண்டில், தன்னுடைய 74ஆவது வயதில் அவர் கண் பார்வையை இழந்தார்.

அவர் இறந்தபோது, அவரது மரண ஊர்வலத்தைத் தடை செய்தது கத்தோலிக்கத் திருச்சபை.

இதேபோல் ஆக்ஸிஜனைக் கண்டுபிடித்த ஜோஸஃப் ப்ரீஸ்ட்லி, லியனார்டோ டா வின்ஸி, நிகோலஸ் கோபர்னிகஸ், நியூட்டன், லூயி பாஸ்ச்சர், மேரி க்யூரி என்று இப்படி விஞ்ஞானிகளின் வரிசை நீண்டுகொண்டே போகிறது. இதில் முக்கியமாக லியனார்டோ - பறவைகள் பறப்பதற்கும் மீன்கள் நீஞ்சுவதற்குமான ஒற்றுமைகளைக் கவனித்து, அதன்மூலம் காற்று, நீர் இவற்றின் ஓட்டத்தின் ஒற்றுமைகளைக் கண்டு, அதன்மூலம் இவருக்குப் பின்னால் இருநூறு ஆண்டுகள் கழித்து இயக்கம் பற்றிய நியூட்டனின் மூன்றாம் விதி கண்டுபிடிக்கப்படுவதற்கு முன்னேயே வினை மற்றும் எதிர்வினைக்கான விதிகளைச் சொன்னவர்.

இவரது கண்டுபிடிப்புகளை வரிசைப்படுத்தினால் அதுவே ஒரு புத்தக அளவுக்கு நீளும்.

ஆனாலும் நமக்குப் படிப்பது என்பதே ஒரு வாழ்க்கை வசதி சம்பந்தப்பட்ட விஷயமாக இருக்கிறது. ஒருவருக்கு தலித் விடுதலைக் கான களச் செயல்பாடுகளும், ஒருவருக்கு மனித குல விடுதலைக்காக சேம்பர் ஆஃப் காமர்ஸ் ஹாலில் வாரம் இரண்டு கூட்டங்கள் போடுவதும் (அமைப்பாளர்களையும் சேர்த்து மொத்த பார்வையாளர் எண்ணிக்கை : 9), ஒருவருக்குத் தன் மனைவியின் ஆசையைப் பூர்த்தி செய்வதற்காக வீடு கட்டுவதும், ஒருவருக்கு சிறுபத்திரிகையில் கடிதங்கள் எழுதுவதும், ஒருவருக்குத் தன் மனைவியின் நகையை விற்று கவிதைத் தொகுதி போடுவதும், ஒருவருக்கு பல்கலைக்கழகங்களில் தன் புகழ் பரவுவதற்காகப் பாடுபடுவதும், எனக்கு தமிழ்நாட்டில் பரவலாக பாலியல் புரட்சி ஏற்படுவதற்காக 27 பேரை சந்தாதாரராகக் கொண்ட ஒரு சிறு பத்திரிகையில் வில்ஹெல்ம் ராய்க்கின் கட்டுரையை மொழிபெயர்ப்புச் செய்வதும் முக்கியமானதாகத் தோன்றுகிறது. இக்காரணங்களினாலோ அல்லது வேறு காரணங்களினாலோ நமக்கு ஒரு குஸ்தாவ் ஃப்ளெபரின் புத்தகம் பற்றித் தெரிந்திருக்கிறது. ஃப்ளெபர் பற்றி சார்த்தர் தன்னுடைய ஆயுட்கால திட்டமாகக் கொண்டு 5000 பக்கங்கள் எழுதி, அது வெளிவந்த பிறகு, "இன்னும் நான் ஃப்ளெபர் பற்றிய ஆய்வை இந்த 5000 பக்கங்களில் ஆரம்பிக்கவே இல்லை" என்று சொல்லிவிட்டார். இதுபற்றி எழுதும் லோஸா "ஒரு labyrinthக்குள் மாட்டிக்கொண்டு விட்டார் சார்த்தர்; இந்த ஆய்வின் முறையைப் பார்த்தால் 50000 பக்கங்கள் எழுதினால்கூட ஆய்வு முடிவடையாது என்று தோன்றுகிறது" என்கிறார்.

இந்த நிலையில், The Book of Fuzoos என்ற புத்தகம்பற்றி அதிகம் பேசப்படாததில் ஆச்சரியம் எதுவும் இல்லைதான். இதை எழுதியிருக் கும் ழூாக் திதியே, சார்த்தர் படித்த சொர்போன் பல்கலைக்கழகத்தில் படித்தவர். படித்து முடித்ததும் ப்ரஸீலியக் காடுகளுக்குச் சென்று விட்டார்.

மூன்று ஆண்டுகள் ப்ரஸிலின் வடக்குப் பகுதியிலுள்ள காடுகளில் அலைந்துவிட்டு பாரீஸ் திரும்பியவர், தன் ஆய்வுக் குறிப்புகளை வைத்து *The Book of Furoos* (Male Edition) நூலை எழுதி முடித்து 1972ஆம் ஆண்டு வெளியிட்டார்.

இந்தப் புத்தகம் மேலே குறிப்பிடப்பட்ட விஞ்ஞானிகளின் சாதனைகளுக்குச் சற்றும் குறையாத, சரியாக கவனிக்கப்பட்டால் நமது சமூக வாழ்வின் போக்கையே மாற்றிமைக்கக்கூடிய பல ஆய்வுக் குறிப்புகளையும் கண்டுபிடிப்புகளையும் கொண்டிருக்கிறது.

நெக்ரோஃபீலியா[1] என்பது இறந்தவரின்மீதான விருப்பம் - nekros என்ற கிரேக்க வார்த்தையின் பொருள் பிரேதம் - nex, necis என்ற

1. நெக்ரோஃபீலியா என்ற வார்த்தையை முதன்முதலில் பயன்படுத்தியவர் தோழர் லெனின் என்று தெரிகிறது. அதன்பிறகு பயன்படுத்தியவர் ஸ்பானியத் தத்துவ வாதி மிதெல் கெ உனாமுனோ. 1936இல் ஸ்பானிய உள்நாட்டுப் போர் நடந்து கொண்டிருந்தபோது, உனாமுனோ தலைவராக இருந்த சலாமாங்கா பல்கலைக் கழகத்தில் மிலான் அஸ்ட்ரே என்ற ஜெனரல் சொற்பொழிவாற்றிக் கொண்டிருக் கும்போது அவருக்குப் பிடித்த கோஷமான 'Viva la muertel!' (மரணம் வாழ்க!) என்ற கோஷத்தை அடிக்கடி எழுப்ப, கூட்டத்தில் இருந்தவர்களும் 'வீவா லா முவாத்தே!' என்று கத்துகிறார்கள். ஜெனரல் பேசி முடித்ததும் உனாமுனோ எழுந்து "மரணம் வாழ்க என்ற கோஷத்தில் நெக்ரோஃபீலியாவின் ஒரு வெளிப்பாட்டைத்தான் நாம் இப்போது கேட்டோம்... ஜெனரல் மிலான் அஸ்ட்ரோ ஒரு முடவர். இதை நாம் மிகவும் வலியுறுத்திச் சொல்ல முடியும். போரின் காரணமாக முடமானவர் அவர். துரதிர்ஷ்டமாக இப்போது ஸ்பெயினில் ஏகப்பட்ட முடவர்கள் இருக்கிறார்கள். கடவுள் நம்மைக் காப்பாற்றாவிட்டால் இன்னும் நிறைய முடவர்கள் உருவாக்கப்படுவார்கள். வெகு மக்கள் உளவியலைப் பற்றி ஜெனரல் மிலான் அஸ்ட்ரோ பேசுவது மிகவும் வேடிக்கையானது... வருந்தத்தக்கது..." என்கிறார். உனாமுனோவின் இந்தப் பேச்சைக் கேட்கக் கேட்க ஜெனரல் அஸ்ட்ரோவுக்குப் பற்றிக்கொண்டு வருகிறது. அவரால் தன்னைக் கட்டுப்படுத்திக்கொள்ளவே முடியவில்லை. எழுந்து நின்று 'அபாஹோ லா இந்தெலிஜென்ஸியா!' ('புத்திசாலிகள் ஒழிக!) என்று கத்துகிறார். உடனே அவரது கோஷத்தைத் தொடர்ந்து பலரும் 'வீவா லா முவாத்தே!' 'வீவா லா முவர்த்தே!' என்று கத்துகிறார்கள். இந்த கோஷங்களையும் மீறிக்கொண்டு உனாமுனோ தனது பேச்சைத் தொடர்கிறார்: "ஆம். இந்த இடம் புத்திசாலிகளின் கோவில். நான்தான் இதன் பிரதான குரு. இந்த இடத்தின் புனிதத்தை நீங்கள் களங்கப்படுத்திவிட்டீர்கள். ஏனென்றால் உங்களிடம் அதற்கான மிருகபலம் இருக்கிறது. ஆனால் நீங்கள் எந்த மனமாற்றத்தையும் உருவாக்கி விட முடியாது... அதற்குத் தேவை அறிவும் நியாய உணர்வும். அது உங்களிடம் இல்லை."

இந்தச் சொற்பொழிவுக்குப் பிறகு சில மாதங்களில் உனாமுனோ வீட்டுச் சிறையில் அடைக்கப்பட்டார், அவர் சாகும் வரை. (The Anatomy... பக்கம் : 441)

கருத்தரங்குகளில் நான் கட்டுரை வாசிக்கும்போதும் அல்லது இலக்கிய விவாதங்களில் பங்கேற்கும்போதும் தொடர்ந்து ஒரு கேள்வி என்னை நோக்கி வீசப்படுகிறது. "நீங்கள் புரட்சிக்கு என்ன செய்தீர்கள் ?"

சமீபத்தில் ஒரு தலித் கலைவிழாவில் பேசிய ஒரு கவிஞர், தன் பேச்சில் ஒன்பது முறை குறிப்பிட்டார், "நீங்கள் சாகத் தயாராகுங்கள்" என்று. தன் பேச்சை முடிக்கும்போதும் அவர் இதைச் சொல்லியே முடித்தார். அவர் அப்படி சொல்லிக் கொண்டிருக்கும்போது என் பின்னால் அமர்ந்திருந்த ஒருவர் "நாங்கள்தான் ஏற்கனவே செத்துக்கொண்டிருக்கிறோமே; இன்னமும் சாகச் சொன்னால் எப்படி ?" என்று கேட்டார். என்னிடம் கேள்வி கேட்டவரிடம் நான் சொன்ன பதில்: நான் சாகத் தயாராக இல்லை; புரட்சி என்பது என்னை மரணத்தை நோக்கி அழைக்கிறது. தற்கொலை செய்துகொள்வதற்கான மனத் துணிவும் உறுதியும் என்னிடம் இல்லை.

எரிக் ஃப்ராமின் ஆய்வு சுவாரசியமாக இருந்தாலும் அவரது ஆய்வின் அடிப்படை அணுகுமுறை பலவித குளறுபடிகளுக்குத்தான் இட்டுச் செல்லும் என்று தோன்றுகிறது. அவரது ஆய்வின்படி பார்த்தால், உனாமுனோவுக்குத்தான் நெக்ரோஃபீலியா மனப்பான்மை இருப்பதாக ஆகிறது. ஏனென்றால் ஜெனரல் அஸ்ட்ரோதான் அங்கே நெஃப்திஸ்*. உனாமுனோ நேரடியாக நெஃப்திஸுடன் மோதுகிறார். தான் தோல்வியுறுவோம் என்றும் தனக்கு நேரப்போவது மரணம்தான் என்றும் தெரிந்தும் மோதுகிறார். (The Books of Fuzoos, பக்கம் 654)

*. Nephettys - லிபியாவின் தொல் கதைகளில் புகழ்பெற்ற ஒரு மரண தேவதை.

லத்தீன் வார்த்தைகளின் பொருள் கொலை அல்லது கொடூரமான மரணம் என்று துவங்கி, நெக்ரோஃபீலியாவைப் பற்றி அக்கு வேறு ஆணி வேறாக அலசி ஆராய்கிறார் எரிக் ஃப்ராம். *The Anatomy of Human Destructiveness* என்ற இந்த நூலின் நீட்சியாகவும் ஒரு வகையில் இதன் மறுப்பாகவும் அமைந்திருக்கிறது *The Book of Fuzoos.*

இந்தப் புத்தகம் வெறும் மானுடவியல் ஆய்வாக மட்டும் அல்லாமல் ப்ரஸீலின் வரலாற்றைப் பற்றியும் விரிவாகப் பதிவு செய்கிறது.[2] ப்ரஸீலின் அடிமைகளைப் பற்றியும், அவர்களின் போராட்டங்களைப் பற்றியும், பதினேழாம் நூற்றாண்டில் அடிமை முறைக்கு எதிராகப் போராடிய அந்தோனியோ வீயேயிரா என்ற பாதிரியைப் பற்றியும் ஒரு காவியத்தைப் போல் சொல்லுகிறது இந்த நூல். மேலும் 1539 ஆம் ஆண்டு முதல் ஆஃப்ரிக்காவிலிருந்து கறுப்பின மக்கள் அடிமைகளாகப் பிடித்து வரப்பட்டு ப்ரஸீலில் விற்கப்பட்டதையும், 1854 ஆம் ஆண்டு இந்த அடிமை இறக்குமதி தடை செய்யப்பட்டதையும் சொல்லுகிறது.

இந்த வரலாறு முழுதும் புத்தகத்தின் 522 பக்கங்கள் வரை கண்களில் பூதக்கண்ணாடி கொண்டு படிக்கப்பட வேண்டிய பொடி எழுத்துக்களில் சொல்லப்பட்டிருக்கிறது.

---

2. கி.மு. 10000 வாக்கில் வட அமெரிக்காவிலிருந்து வேட்டையாடுவதற்காக சிறுசிறு குழுக்கள் ப்ரஸீலை வந்து சேர்ந்து அங்குள்ள நிலங்களில் ஆதி சமூகக் குடிகளை அமைத்தன. பிறகு 11150 ஆண்டுகள் வேற்றுலக மனிதர்களின் தொந்தரவு ஏதுமின்றி வாழ்ந்து வந்த இந்த மக்களுக்கு கி.பி. 1500ஆம் ஆண்டு மார்ச் மாதம் ஒன்பதாம் தேதி கேடு வந்தது. அன்றைய தினம் லிஸ்பன் நகரிலிருந்து 18 கப்பல்களில் 1800 பேர் அடங்கிய குழு ஒன்று அட்மிரல் பேத்ரோ ஆல்வாரெஸ் காப்ரால் தலைமையில் இந்தியாவை நோக்கி வாஸ்கோடகாமா கண்டுபிடித்திருந்த கடல் வழியில் புறப்பட்டது. ஆனால் தவறுதலாக இந்தக் குழு ப்ரஸீலை வந்து அடைய, இங்கிருந்துதான் இன்றைய ப்ரஸீல் உலகின் பிரதான பிச்சைக்கார நாடுகளுள் ஒன்றாக மாறியதன் கதை துவங்குகிறது. ப்ரஸீலின் இயற்கை வளங்களைப் பற்றி எவ்வளவோ அறிந்திருக்கிறோம். அறியாமலிருக்கிறோம். அந்த நாட்டின் நதிகள், காடுகள், தாதுப் பொருட்கள் என்று எத்தனையோ கணக்கிலடங்காத சமாச்சாரங்களைப் பற்றி படிக்கிறோம். உதாரணமாக, அமேஸான் நதியின் அகலம் என்பதை நீளம் என்று நினைத்தே நெட்டுருப் போட்டது ஞாபகம் வருகிறது.

இப்போதுதான் அது நீளம் அல்ல அகலம் என்பதும், எங்கள் ஊர் காவிரியின் அகலம் 1.26 கிமீ. என்பதும் தெரிகிறது. அட்மிரல் காப்ராலைத் தொடர்ந்து ஏகப்பட்ட போர்ச்சுக்கீசியக் கும்பல் ப்ரஸீலுக்குச் சென்றது. Tena da Vera Cruz (உண்மையான சிலுவையின் நாடு) என்று இந்த நாட்டுக்கு ஒரு பெயரையும் வைத்தது இக்கும்பல். பிறகு இந்தப் பெயர் Tena da Brasil (மரங்களின் பூமியான ப்ரஸீல்) என்று மாற்றப்பட்டது. 1512ஆம் ஆண்டு முதன்முதலாக இந்த நாடு உலக வரைபடத்தில் இடம்பெற்றது. அதிலிருந்து இந்தப் பூமியின் சொந்தக்காரர்களான சிவப்பு நிற மக்களை அழித்தொழிக்கும் வேலை தொடங்கியது. ஆதிவாசிகள், மிருகங்களைப் போல் வேட்டையாடப்பட்டார்கள். அது மட்டுமல்லாமல். கப்பல்களில் வந்த ஐரோப்பியக் கும்பல் தாங்கள் கொண்டுவந்த ஆயுதங்களோடு அம்மை நோய், ஃப்ளூ போன்ற தொற்று வியாதிகளையும் கூடவே கொண்டுவந்ததால் அதுவரை இதுபோன்ற நோய்களையெல்லாம் கண்டே அறிந்திராத ப்ரஸீலின் ஆதி குடிகள் கிராமம் கிராமமாக ஒரு பூச்சி பொட்டு இல்லாமல் மனிதர்கள் இதுவரை வாழ்ந்ததற்கான எந்தச் சுவடுமே இல்லாமல் அழிந்தார்கள். ரியோ மற்றும் பஹையா மாநிலங்களிலுள்ள கடற்கரையோர கிராமங்கள் அனைத்துமே இப்படிப் பூண்டோடு அழிந்து போயின.

இவற்றிலிருந்து சில விபரங்களை இங்கு தரலாம் என்று நினைக்கிறேன்.

காரஹாஸ் என்பது வடக்கு ப்ரஸீலில் புழுதி படிந்த அமேஸான் காடுகள் உள்ள பகுதி. உலகத்தின் மிகப்பெரிய இரும்பு மலை இங்குதான் இருக்கிறது. 1967ல் ஒரு ஜியாலஜிஸ்ட் தன்னுடைய ஹெலிகாப்டர் பழுதடைந்ததால் அங்கே இறங்கவேண்டியதாகி அப்போதுதான் முதன்முதலாக இந்த மலைப்பகுதியைப் பற்றித் தெரியவந்தது. 18000 மில்லியன் (எத்தனை சைஃபர் போட வேண்டும் என்று தெரியவில்லை) டன்கள் இரும்புத் தாதுவும் இதைவிட அதிக சைஃபர்கள் அளவுக்கு பாக்ஸைட், மங்கனீஸ் மற்றும் தாமிரப் படிவுகளும் கொண்ட மலைப்பகுதி இது.

கிட்டத்தட்ட இந்த மலைப்பகுதி கண்டுபிடிக்கப்பட்ட ஓரிரு ஆண்டுகளில் இதன் அருகாமையிலுள்ள சுருயி இன மக்கள் வாழும் பகுதிக்கு வந்து சேர்கிறார் ழூாக் திதியே. சுருயி இன மக்களின் தற்போதைய எண்ணிக்கை கிட்டத்தட்ட 1500இலிருந்து 5000 ஆக இருக்கலாம் என்று கருதப்படுகிறது. திதியே இதை எழுதிய ஆண்டு 1969 என்பதால் இப்போது இந்த இனமே அழிந்திருந்தாலும் ஆச்சர்யப் படுவதற்கில்லை. இவர்களுடைய மொழி துப்பி. இவர்கள் மாத்தோ க்ரோஸோ மலையின் வடக்குப் பகுதியில் ஜிப்பாரானா மற்றும் அரிப்புவானா நதிகளுக்கிடையே வசிக்கிறார்கள். இவர்களில் ஒரு சிலரைத்தான் திதியே சந்தித்திருக்கிறார். மற்றவர்கள் கிட்டத்தட்ட 90 குழுக்களாக காடுகளில் வாழ்கிறார்கள். 1967இல் ப்ரஸீலிய பாராளுமன்ற விசாரணை கமிஷன்காரர்கள் இங்கு வந்து இவர்களைச் சந்தித்து 'வரலாறு' இவர்களுக்கு இழைத்த அநீதி பற்றி விசாரித்துவிட்டுப் போனதையும் திதியே தன் நூலில் பதிவு செய்திருக்கிறார். மேலும் ரப்பர் சேகரிக்கும் கான்ட்ராக்டர்கள் இங்கு வந்து இவர்களைத் துப்பாக்கியால் சுட்டு, இவர்களின் குடிசைகளைத் தீயிட்டுக் கொளுத்தி, கண்ணில் தென்பட்ட சுருயி மக்களையெல்லாம் கற்பனை செய்ய முடியாத அளவுக்குச் சித்ரவதை செய்திருக்கிறார்கள் என்று தெரிகிறது.

பிறகு அந்தப் பகுதியிலேயே காட்டின் உட்புறமாகப் பயணம் செய்கிறார் திதியே. அங்கே அவர் சந்தித்த ஆதிவாசிக் குடிகளென கயாபோ, க்ராஹோ, ஷவாந்தே மற்றும் போரோரோ இன மக்களைப் பற்றியும் (இவர்களின் பொதுப்பெயர் ஸிங்கூ இந்தியர்), இவர்களைப் பற்றி வேறுசில புத்தகங்களில் தான் படித்த விபரங்களையும் அந்த நிலவியல் அமைப்பை வைத்து அந்த இனத்தைத் தான் அடையாளம் கண்டுகொண்டவிதம் பற்றியும் விரிவாகக் கூறுகிறார். அதில் இவர் சந்தித்த ஒரு இனக்குழுவைப் பற்றி இங்கு குறிப்பிட்டாக வேண்டியது அவசியமாகிறது. ஏனென்றால் இவர்களுக்கும் திதியே கடைசியில் சந்தித்த இனக்குழுவான ஃப்பூஸூ இனத்தவருக்கும் ஒருசில ஒற்றுமைகள் உண்டு. உரூபு காப்போர் என்ற இந்த இனத்தவரின் எண்ணிக்கை 600. இவர்களுடைய மொழியும் துப்பிதான். இவர்கள் பொதுவாக, நர

மாமிசம் உண்ணும் வழக்கமில்லாதவர்கள். எனினும் இவர்கள் தங்கள் விரோதிகளைத் தின்றுவிடுகிறார்கள். விரோதிகளின் தலையைக் கொய்து அதைச் சுற்றி நின்று நடனமாடி, பாட்டுப் பாடி சடங்குகள் சில செய்து அந்தத் தலையைத் தின்கிறார்கள். இவர்களுடைய விழாக்கால உடையைப் பற்றி மட்டுமே பல பக்கங்கள் விவரிக்கிறார் திதியே. அவ்வளவையும் படித்து என் மனதில் நான் உள்வாங்கிக்கொண்டது இதுதான்: உடல் முழுக்கவும் கோரைப் பாயைச் சுற்றிக்கொண்டு தலையில் முறம்போல் ஒன்றை அணிந்து முகத்தைப் பூசணிக்காயால் மூடிக் கொள்வது. இவர்களையும் தாண்டி இன்னும் மனிதர்களைச் சந்திக்கக்கூடும் என்ற நம்பிக்கையில் காடுகளின் உட்பகுதிகளுக்குச் செல்கிறார் திதியே. அப்போது அவர் சந்தித்த ஒரு இனம்தான் ஃபூஸு. இந்த ஃபூஸு இன மக்களை முதன்முதலில் சந்தித்த ஒரே அந்நியன் தான்தான் என்றும், இவர்களைப் பற்றி இதுவரை எந்த மானுடவியல் புத்தகங்களிலும் எந்த விபரமும் காணக்கிடைக்கவில்லை என்றும் குறிப்பிடும் திதியே, இந்த மக்களின் பேச்சில் ஒவ்வொரு வாக்கியமும் ஃபூஸு ஃபூஸு என்றே முடிவடைவதால் இவர்களை ஃபூஸுக்கள் என்று குறிப்பிடுவதாகவும் சொல்கிறார்.

இனி வருவது ஃபூஸுக்களின் கதை:

ஃபூஸுக்களின் பாலியல் வாழ்வுதான் இவர்களின் சமூக வாழ்வாகவும் இருக்கிறது என்று துவங்குகிறது இந்தப் பகுதி.

பிரேதங்களோடுதான் இவர்கள் வாழ்கிறார்கள். பிரேதங்களோடு தான் கலவி செய்கிறார்கள். உயிரைப் பற்றிய எந்தவித உணர்வும் அற்று இருக்கிறார்கள். உயிரோடு இருப்பவர்களைவிட இவர்கள் பிரேதங்களையே அதிகம் நேசிக்கிறார்கள்.

ஒரு ஃபூஸு, ஒரு பெண்ணைக் கொன்றபிறகுதான் அவளோடு கலவியில் ஈடுபடுகிறான். கொல்வதுகூட கழுத்தை நெறித்துக் கொல்வதுதான் இவர்களின் வழக்கமாக இருக்கிறது. பிரேதங்களை இவர்கள் அப்புறப்படுத்துவதோ, எரிப்பதோ, புதைப்பதோ இல்லை. கலவியில் ஈடுப்பட்டபின் அந்தப் பெண்ணின் கழுத்தைக் கடித்து குருதியை உறிஞ்சுவதும், முலைகளையும் புட்டத்தையும் கடித்துத் தின்பதும், கால்களை அகல விரித்து உறுப்பினை உறிஞ்சுவதும்[3]

---

3. இதற்கென்று அவர்கள் ஒரு குச்சி வைத்திருப்பதாகவும். அதை உள்ளே விட்டு கலக்கி பிறகு உறிஞ்சுவதாகவும், மேலும், ரப்பர் குழாய் போன்ற ஒரு தாவரத்தின் கிளையைக் கொண்டு வாயினால் அப்பிரேதத்தின் சிறுநீரை உறிஞ்சிக் குடிப்பதும் உண்டு என்கிறார் திதியே. (பக்:729) தான் பார்த்த மற்றொரு இனக்குழுவான 'முண்டூருகூ' மக்களிடமும் இருக்கும் ஒரு பழக்கத்தை ஒத்திருப்பதாகவும் கூறுகிறார். முண்டூருகூ இனத்தவர் தன் எதிரிகளை வீழ்த்தி அவர்களின் தலைகளை உருபு காப்போர் இனத்தினரைப் போலவே 'கொய்து' - ஆனால் நடனம், பாட்டு போன்ற சடங்குகள் எதுவும் இல்லாமல் - தலையில் ஒரு துளை செய்து குச்சியால் கலக்கி ஒவ்வொருவராக உறிஞ்சுவது வழக்கம். இதைப் படித்தபோது எனக்கு சிறு பிராயத்தில் புளிய மரத்தில் திருட்டுத்தனமாக புளியம்பழம் அடித்து அதில் ஒரு துளை போட்டு அதனுள் தண்ணீர் விட்டுக் கலக்கிக் குடிக்கும் ஞாபகம் வந்தது.

வயிற்றைப் பிளந்து குடலை எடுத்து மாலையாகப் போட்டுக் கொள்வதும், அதை ஒருவர்மீது ஒருவர் அடித்து விளையாடுவதும் இவர்களின் வழக்கம். இதுதான் ஃபூஸு இன ஆண்கள் அறிந்த கலவி முறை என்கிறார் திதியே. இதைப் படித்ததும் எனக்கு இது ஒரு மானுடவியல் நூலா அல்லது நாவலா என்ற சந்தேகமே ஏற்பட்டது. திதியே, ஏதோ ஜல்லியடிக்கிறார் என்று தோன்றியது. எப்படியென்றால், இந்தப் பிரேதக் கலவிதான் அவர்கள் அறிந்த ஒரே கலவி முறை என்றால் ஃபூஸு இனம் முழுவதும் ஒரே தலைமுறையிலேயே அழிந்துபோயிருக்க வேண்டுமே? அந்த இனத்தினரின் இனவிருத்தி எப்படி நிகழ்ந்திருக்கிறது?

இதுபற்றி பிரான்சிலிருக்கும் என் ஈழத் தோழியுடன் பேசிக்கொண்டிருந்த பொழுது, "திதியேவின் இந்த நூல் Male Edition என்பதைக் கவனியுங்கள்" என்றார். "அப்படியானால் பெண்களுக்கான கலவி முறை ஏதும் உண்டா?" என்று கேட்டேன். "உண்டு" என்று சொன்ன அவள், தான் ஒரு ஃபிரெஞ்ச் பத்திரிகையில் படிக்க நேர்ந்த The Book of Fuzoos: Female Edition என்ற நூலுக்கான விரிவான மதிப்புரை ஒன்றைக் காட்டினாள். Female Editionஐ தான் இன்னும் படிக்க முடியவில்லையெனினும், அந்த விரிவான மதிப்புரையில் என்னுடைய கேள்விக்கான பதில் இருப்பதை விளக்கினாள் அவள். அதே பத்திரிகையில் Male Editionஐப் பற்றித் தான் எழுதியிருந்த கட்டுரை ஒன்றையும் காண்பித்தாள். அதுபற்றிப் பிறகு பார்க்கலாம்.

ஃபூஸுக்கள் வசிக்கும் பகுதியின் ஒரு மூலையில் ஒரு ஃபூஸு கிழவி ஒருத்தி வாழ்வதாகவும் அவளை அந்த ஃபூஸு இன ஆண்கள் முழுவதுமே ஏதோ ஒரு பூதத்தைப் போல் நினைத்து அஞ்சுவதாகவும், காம இச்சைக்கு ஆட்பட்ட ஒரு ஃபூஸு பெண் ஒரு ஆணைக் கொன்று (அவர்கள் வழக்கப்படி கழுத்தை நெறித்து), கழுத்து நெறிக்கப்படுவதால் குறியில் விரைப்பு ஏற்பட அதன்பிறகு புணர்ச்சி[4] செய்து, பிறகு சில மாதங்களில் வயிற்றில் கனத்தை உணர்ந்ததுமே அவள் உடனடியாக அந்தக் கிழவியின் இருப்பிடத்தில் தஞ்சமடைவ தாகவும் Female Editionக்கான அந்த மதிப்புரையிலிருந்து தெரிந்து கொள்ள முடிகிறது என்றாள் தோழி. கிழவியின் இருப்பிடத்திற்கு எந்த ஆணுமே வருவதில்லையாதலால் அந்தக் கர்ப்பிணிப் பெண், பிறகு பேறு முடிந்துதான் குழந்தையுடன் தன் குழுவைச் சேர்கிறாள் - சமயங்களில் வழி தவறி அந்தப் பக்கமாக வந்துவிட்ட ஆண்களின் கதியும் அதேதான் - கிழவியிடம் இருக்கும் பெண்கள் அந்த ஆணைச் சுற்றிக்கொண்டு கழுத்தை நெரித்துப் புணர்ந்து... என்று போகிறது Female Edition.

ஃபூஸுக்களைப் பற்றிய மற்றொரு விபரம், இவர்களில் அநேகமாக

---

4. ஆணின் கழுத்தை மெல்ல மெல்ல இறுக்கிக் கடைசியில் அவனுடைய உயிர் போவதற்கும் அவள் உச்ச எழுச்சி நிலையை (orgasm) அடைவதற்கும் சரியாக இருக்கும் என்கிறது திதியேவின் குறிப்பு.

எல்லோருமே ஓவியர்கள் என்பது. கறுப்பு, வெள்ளை, பூக்களைப் பிழிந்து தயாரிக்கப்பட்ட மஞ்சள், பச்சை, சிவப்பு என்கிற ஐந்து வண்ணங்களை இவர்கள் அறிந்திருக்கிறார்கள். மரப்பட்டைகளிலும் மனித உடல்களிலும் வரைவதை இவர்கள் விரும்புகிறார்கள் என்று குறிப்பிடும் திதியே, சில ஓவியங்களைப் பற்றி விரிவாக விளக்குகிறார். அவற்றில் சில உதாரணங்கள், சுருக்கமாக:

ஓவியம்-1: ஒரு பெண்ணின் துண்டாக்கப்பட்ட உடல் உறுப்புகள் இறைந்து கிடக்க அதன் பக்கத்தில் ஒருவன் மலம் கழித்துக் கொண்டிருக்கிறான். துண்டிக்கப்பட்ட அப்பெண்ணின் தலை மட்டும் அவனுடைய புட்டத்திற்கு சற்றுத் தள்ளி கிடக்கிறது. மிகவும் வேட்கையுடன் அந்த மலத்தை நோக்கி தன் நாவை நீட்டுகிறது துண்டிக்கப்பட்ட அந்தத் தலை.

ஓவியம்-2: ஒரு பூத கணத்தைப் போன்ற தோற்றம்கொண்ட வெளிறிய ஆணுருவம் ஒன்று மலையைப் போல் தரையில் கிடக்கிறது. முகமெங்கும் பிரேதக் களை. உடல் முழுதுமே சாம்பலால் ஆனதோ என நினைக்க வைக்கும் நிறம். உடம்பில் ஒரு இடத்தில்கூட முடி இல்லை. அந்தப் பேருருவத்தின் உடலைச் சுற்றிலும் எறும்பு சைஸ் பெண்ணுருவங்கள்.

ஓவியம்-3: திரும்பவும் ஓவியம்-2ஐப் போலவே வெளிறிய, சாம்பல் நிற உடல். பல நூறு ஆண்டுகளான ஒரு ஆண் மம்மி மலங்கழிப்பது போல் அமர்ந்திருக்கிறது. பக்கத்தில் சாம்பல் குன்றுகள்.

(குன்றுகள் அனைத்தும் குன்றுகள் அல்ல - மம்மியின் மலமே குன்றுகளாய் வரையப்பட்டிருக்கிறது என்று கூறும் திதியே, மலத்திற்கும் மரணத்திற்குமான தொடர்பு பற்றி எரிக் ஃபிராம் மற்றும் J.G. Bourkeவை விரிவாக மேற்கோள் காட்டுகிறார்.)

ஓவியம்-4: ஒரு மனிதன் - சாம்பல் நிற, வெளிறிய, பிரேதக் களை படிந்தவன் - கூரிய வீச்சரிவாள் போன்ற ஒரு ஆயுதத்தால் 'இகிரிகிரி'[5]களை வெட்டி வெட்டிப் போட்டுக் கொண்டிருக்கிறான். வெட்டிப் போடப்பட்ட இகிரிகிரிகள் மலைபோல் குவிந்து கிடக்கிறது. இந்த ஓவியத்தைப் பற்றி திதியே, எரிக் ஃபிராமின் ஆய்வு நூலை முன் மாதிரியாகக் கொண்டு மிக விரிவாக விளக்குகிறார்.

வின்ஸ்டன் சர்ச்சிலின் வாழ்க்கையிலிருந்து ஒரு உதாரணம் - ஃபீல்ட் மார்ஷல் ஆலன் ப்ரூக் என்பவரும் சர்ச்சிலும் இரண்டாம் உலகப் போரின்போது வடஆஃப்ரிக்காவில் ஓரிடத்தில் மதிய உணவு சாப்பிட்டுக்கொண்டிருக்கும்போது சர்ச்சில் ஏகப்பட்ட ஈக்களைக் கொன்று அவைகளை மேஜையின் மீது வரிசையாக வைத்து அழகு பார்த்திருக்கிறார்.

---

5. Iquiriquiri - அரை அடி உயரமும் மூன்று அடி நீளமும் கொண்ட நாயைப் போன்ற உருவமுடைய ஒரு பிராணி. ப்ரஸீலின் ஸிங்கூ இந்தியர்களைப் போலவே இகிரிகிரி இனமும் அழிந்து வருகிறது என்கிறார் திதியே. ஆனால் விலங்கியல் நிபுணர்கள் தற்போது இகிரிகிரி இனமே முற்றாக அழிந்துவிட்டது என்கிறார்கள்.

“ஈக்களைக் கொன்றதுகூட ஆச்சரியமாக இல்லை. ஏனென்றால் அந்தக் கொடிய வெயில் நேரத்தில் ஈக்கள் அங்கே அதிக எண்ணிக்கையில் இருந்தன. ஆனால் செத்துப்போன ஈக்களை வரிசையாக வைத்து அழகு பார்த்ததுதான் எனக்கு மிகவும் ஆச்சரியமாக இருந்தது” என்கிறார் ஆலன் ப்ரூக்.

இதுபற்றி சர்ச்சிலின் மருத்துவரான லார்ட் மொரானும் தனது டயரியில் குறிப்பிடுகிறார். சர்ச்சில் இதுபோல் அடிக்கடி செய்வதுண்டு என்கிறார் லார்ட் மொரான்.

என்னைப் பற்றி என் நண்பர்கள், நான் மிகவும் குரூரமாகவும் இதயமற்றவளாகவும் இருப்பதாகக் குறிப்பிடுவதுண்டு. அப்போது தோழி சொன்னாள், சிறு வயதில் மூட்டைப் பூச்சிகளுடன் வாழ்ந்திருந்தால் தெரியும் என்று.

மூட்டைப்பூச்சிகளை நசுக்கிக் கொல்வது போன்ற ஒரு சந்தோஷமான விஷயம் வேறு எதுவும் இல்லை. ‘பட்’டென்ற சத்தத்துடன் அது நசுக்கப்படும் ஓசை செவிக்கினிமை தரக்கூடியது. மூட்டைப்பூச்சி நசுங்கி அதன் ரத்தம் பெயிண்டைப் போல் சுவற்றில் ஒட்டிக்கொள்வதைப் பார்ப்பது கண்களுக்கு இனிமை தரக்கூடியது. அதன் மணம் (உங்களுக்கு ஒப்புதல் இல்லையெனில், நாற்றம்) நாசிக்கு இனிமை தரக்கூடியது. மூட்டைப்பூச்சிகளை நசுக்கிக் கொல்வதென்பது பாலியல் இன்பம் தரக்கூடிய ஒரு அனுபவமாகவும் இருந்திருக்கிறது. இதிலிருந்துதான் பிறகு நாய்களை அடிப்பது - முக்கியமாக, தெருமுனையில் கலவியில் ஈடுபட்டிருக்கும் நாய்களைக் கல்லால் அடித்துப் பிரிப்பது - ஓணான், பல்லி, கொசு, வண்ணத்துப் பூச்சி, கரப்பான் பூச்சி என்று ஏகப்பட்ட ஜீவன்களையெல்லாம் அடிப்பது கொல்வது உயிரோடு பிடித்து அவற்றின் உடல் பகுதிகளை ஒவ்வொன்றாகக் கிழித்துப் போடுவது போன்ற மிருகச் சித்ரவதையுணர்வு என்னிடம் வளர ஆரம்பித்தது.

சிதைவுணர்ச்சியையும் நெக்ரோஃபீலியாவையும் இந்து மதத்தின் ஒரு பிரிவான அத்வைதத்தைப் போல் ஆக்கிவிடுகிறார் எரிக் ஃப்ராம்[6].

உதாரணமாகப் பார்ப்போம். “கட்டிடங்களின் மீது அளவற்ற பிரியம் கொண்டிருந்தார் ஹிட்லர் என்பது அனைவரும் அறிந்தது. ஆனால் அவற்றைக் குண்டு வீசி இடித்துத் தள்ளுவதில்தான் அவர் அதிகம் விருப்பம் கொண்டிருந்தார் என்பது பிறகு தெரிந்த விபரம். ஆக, ஹிட்லரும் ஒரு கசாப்பு கடைக்காரரும் நெக்ரோஃபீலியா

---

6. “மூலதனம் என்பது இறந்த காலம் சார்ந்தது. உழைப்பு என்பது நிகழ்காலம் சார்ந்தது; வாழ்க்கை சார்ந்தது; இயற்கையை மாற்றும் மனித சக்தியே உழைப்பு” என்கிறார் மார்க்ஸ். இதை மேற்கோள்காட்டும் எரிக் ஃப்ராம் மூலதனம் இறந்தகாலம் சார்ந்தது என்பதால் முதலாளித்துவம் என்பது நெக்ரோஃபீலியா தான் என்கிறார். இப்படியே தொழில் வளர்ச்சி x இயற்கை என்றும் பிரித்து உயிரற்ற வஸ்துக்களாக எந்திரங்களைப் பார்த்து, ஒருவன் தன் மனைவியை விட தன் காரையே அதிகம் நேசிக்கிறான் என்பதால் இதுவும் நெக்ரோஃபீலியா என்கிறார் எரிக் ஃப்ராம். (கார் - உயிரற்றது - மரணம்; மனைவி - உயிருள்ள ஜீவன் - வாழ்க்கை).

உள்ளவர்கள்தான் என்று சொல்வதும், தீக்குச்சிகளை உடைத்து உடைத்துப் போடுகிற ஒருவரும், கையில் கிடைக்கிற தாளையோ, ஒரு பூவையோ துண்டு துண்டாகப் பிய்த்துப் போடுகிற ஒருவரும் நெக்ரோஃபீலியா உள்ளவர்கள்தான் என்பதும் கேள்விக்குரியது" என்கிறார் திதியே (பக்கம்:729).

ஓவியம்-5: நதி ஒன்று ஓடுகிறது. சிவப்பு நிற நதி. நதியில் மனிதத் தலைகள் மிதந்து வருகின்றன. (பெண்ணின் தலைகளைப் போல் தோற்றம் தருகின்றன அவை). நதியின் இரு பக்கங்களிலும் நாய் முகமும், சர்ப்பங்களாலான தலைமுடியும், வெளவால் றெக்கைகளும் கொண்ட உருவங்கள் நீர் குடித்துக்கொண்டிருக்கின்றன.

நூலின் இறுதிப் பகுதியில் திதியே, எரிக் ஃப்ராமின் ஆய்வை இன்னும் கடுமையாகத் தாக்குகிறார்.

'ஆலிஸின் அற்புத உலக'த்தில் வரும் அரசியைப் போல் சிதைவாளர் களுக்கு "அவர்களின் தலைகளை வெட்டுங்கள்!" என்று சொல்லும் ஒரே வழிதான் தெரிந்திருக்கிறது என்றும், இவர்களுக்கு வன்முறையை விட்டால் வேறு வழியே தெரியவில்லை என்றும், Gordian, முடிச்சைப் பொறுமையாக அவிழ்க்கத் தெரியாமல் அதை வெட்டி எடுக்க மட்டுமே தெரிந்தவர்கள் என்றும், சாலமன் அரசன் தன்னிடம் நீதி கேட்டு வந்த இரண்டு பெண்களிடம் குழந்தையை வெட்டித் தரட்டுமா என்று கேட்டபோது, 'வெட்டித் தாருங்கள்' என்று சொன்ன பெண்ணைப் போன்றவர்கள் சிதைவாளர்கள் என்றும் சாடி, இவர் களெல்லாம் நெக்ரோஃபைல்கள் என்று பட்டம் கொடுக்கும் எரிக் ஃப்ராம், மூன்றாம் உலக யதார்த்தம் தெரியாத ஒரு ஐரோப்பியனைப் போலவே சிந்தித்திருக்கிறார் என்கிறார் திதியே. (பக்கம்.738) 'புரட்சி யாளர்கள் மரணத்தோடு விளையாடுவதால் அவர்களும் நெக்ரோ ஃபைல்கள்தான் என்று சொல்வீர்களா மிஸ்டர் எரிக் ஃப்ராம்?' என்று கேட்கும் திதியே, இதை நான் என்னுடைய நண்பர்களான தெலஸ் கொத்தாரியின் ஒரே மேற்கோளைக் கொண்டு மறுத்துவிட முடியும் என்கிறார். ("மனச்சிதைவுண்டவன் புரட்சியாளன் இல்லை; ஆனால் மனச்சிதைவின் நீட்சி புரட்சிக்கான கிரியாவூக்கி.")

இனி வருவது சில குறிப்புகள்:

நெக்ரோஃபீலியா என்பது ஏதோ சில ஆதிவாசிச் சமூகங்களில் மட்டுமே காணப்படும் அபூர்வமான விஷயம் அல்ல. சவக் கிடங்குகளில் வேலைப் பார்ப்பவர்களுக்குச் சவங்களோடு நேரடித் தொடர்பு இருக்கிறது. போலந்து நாட்டில் சமீபத்தில் ஒரு சவக்கிடங்குப் பணியாளர் அங்கிருந்த பெண் சவங்களோடு கலவியில் ஈடுபட்டு, அப்பிரேதங்களை அறுத்து, கடித்து, சுவைத்து உறிஞ்சி இன்ன பிற காரியங்களில் ஈடுபட்டதாக கைது செய்யப்பட்ட செய்தி பத்திரிகைகளில் வெளியாகியிருந்தது. அந்த நபரின் பேட்டி ஒன்று ஒரு மருத்துவ இதழில் வெளிவந்திருந்தது. அதில் அவர் இவ்வாறு கூறுகிறார்: நான் சவக்கிடங்கில் இரவு நேரங்களில் பிணங்களுக்குப்

பாதுகாப்பாக அங்கேயே தங்க நேர்கிறபோது முதலில் எனக்கு பய உணர்வே ஏற்பட்டது. நான் இந்த வேலையில் சேரும் வரை ஒரு பெண்ணைக் கூட தொட்டது கிடையாது என்பதால் நாட்கள் ஆக ஆக பெண் சவங்களின்மீது எனக்கு இன்னதென்று புரியாத ஓர் ஆர்வம் ஏற்பட்டது. பிறகு அச்சவங்களின் மீது பாலியல்ரீதியான ஈர்ப்பு உண்டாகி அவற்றைப் பார்த்துக்கொண்டே சுயமைதுனம் செய்துகொள்ள ஆரம்பித்தேன். சில நாட்களில் அச்சவங்களின் உறுப்புகளைச் சுவைப்பதும், சுவைத்துக்கொண்டிருக்கும்போதே ஸ்கலிதமாவதும் நேர்ந்தது. பிறகு புட்டப்புணர்ச்சியில் ஈடுபடத் தொடங்கினேன். கடைசியாகத்தான் யோனிப் புணர்ச்சியில் ஈடுபடும் நிலையை அடைந்தேன். எப்போது பெண் பிரேதங்கள் வந்தாலும் இதில் நான் அதீத ஆர்வத்துடன் செயல்பட்டுக் கொண்டிருந்தேன். இதில் எனக்கு எதுவும் தவறாகத் தெரியவில்லை.

நெக்ரோஃபீலியாவும் அத்வைதமும்:

சந்தர்ப்பம் இருந்தால் நாம் நினைப்பதைவிட மிக மிக அதிக அளவில் நெக்ரோஃபீலியா உணர்வு செயல்ரூபம் அடையும் என்கிறார் எரிக் ஃப்ராம். மேலும் இதையே நீட்டித்து அழுகல் வாசனை யாருக்காவது பிடித்திருக்கிறது என்றால் அதுகூட நெக்ரோஃபீலியாதான் என்றும் (அப்படியானால் கூவம் நதியின் நாற்றத்தைச் சுவாசிக்கிற சென்னை நகரவாசிகள், கோழி வியாபாரிகள், மலம் அள்ளுகிறவர்கள், பாதாள சாக்கடையில் வேலை செய்கிறவர்கள், இன்ன பிறர்!), நெக்ரோஃபீலியாவுக்கும் புட்டத்திற்கும் தொடர்பு இருக்கிறது என்றும் (எனவே, புட்டப்புணர்ச்சியாளர்கள் அனைவரும் நெக்ரோஃபைல்கள்!) இப்படி அடுக்கிக்கொண்டே போனால் நெக்ரோஃபீலியாவுக்கும் அத்வைதத்துக்கும் எந்த வித்தியாசமும் இல்லாமல் போய்விடுவதையும் சுட்டிக்காட்டுகிறார் திதியே.

இனி வருவது பதினெட்டுக் கேள்விகள்:

1. நெக்ரோஃபீலியாவுக்கும் anti-life மனப்பான்மைக்கும் ஏதேனும் தொடர்பு உண்டா?

2. முதலாளித்துவவாதிகளும் நெக்ரோஃபீலியா உள்ளவர்கள் புரட்சியாளர்களும் நெக்ரோஃபீலியா உள்ளவர்கள் என்று எரிக் ஃப்ராமின் ஆய்வில் இரண்டும் சமன்படுத்தப்படுகிறது என்றும், நெக்ரோஃபீலியாவைப் பற்றிய ஃப்ராமின் ஆய்வு கடைசியில் அத்வைதத்தில்தான் முடிகிறது என்றும் கூறும் திதியேவின் கூற்று சரியா?

3. Pro - life பேசுகிறார்கள் கருத்தியல் மற்றும் அரசியல் தளத்தில் anti-life நிலைப்பாட்டில் போய்ச் சேர்பவர்களாக இருப்பதும், anti-life நபர்களாக (சிதைவாளர்கள்?) கருத்தியல் தளத்தில் இருப்பவர்கள் அடிப்படையில் pro-life காரர்களாகவே இருப்பதும் எப்படி நிகழ்கிறது?

4. தமிழிலுள்ள புறப்பாடல்கள் அத்தனையையும் நெக்ரோஃபீலிக் Syndrome வெளிப்பாடுகள் என்றும், அதில் புகழப்பட்டுள்ள மன்னர்களும்,

போர் வீரர்களும் நெக்ரோஃபீலியாவுக்கு ஆட்பட்டவர்கள் என்றும் சொல்லலாமா?

5. பிரமிடுகளையும், சார்த்தரின் Other is Hell என்ற கருத்தாக்கத்தையும், நெக்ரோஃபீலியாவையும் இணைத்துப் பார்க்க முடியுமா?

6. தற்போதைய காலகட்டத்திற்கு அதிக நெருக்கமாக இருக்கக் கூடிய ஆய்வாளர் எரிக் ஃப்ராமா? திதியேவா?

7. எரிக் ஃப்ராமின் புத்தகம் பேசப்பட்ட அளவுக்கு திதியேவின் புத்தகம் பேசப்படாததன் காரணம் என்ன? எரிக் ஃப்ராமை மறுக்கும் திதியேவின் ஆய்வுகள் வலுவற்றவை என்று சில மானுடவியல் ஆய்வாளர்கள் கருதுவது சரியா?

8. எரிக் ஃப்ராமை கடுமையாகச் சாடும் திதியே, தன் ஆய்வுகளில் முடிவாக என்னதான் சொல்கிறார்?

9. ஃபூஸூ இன மக்கள் பற்றி திதியே தரும் தகவல்களை அப்படியே நம்பிவிடலாமா? அல்லது கைச்சரக்கையும் சேர்த்துவிட்டிருக்கிறார் என்று சந்தேகிக்கலாமா?

10. கலிலியோ போன்ற விஞ்ஞானிகளோடு ஃப்ளெபர், சார்த்தர் போன்றவர்களை ஒப்பிட்டு இவர்களை மட்டம் தட்டும் அணுகுமுறையே அடிப்படையில் தவறானது என்றும், கலிலியோ போன்ற விஞ்ஞானிகள் ஆகாச வெளியில் (La terre d'espace) பயணித்தார்கள் என்றால், ஃப்ளெபர், ரொலான் பார்த் போன்றவர்கள் பிரதி என்கிற வெளியில் (La tere du texte) பயணித்தார்கள் என்றும், லெவி ஸ்த்ராஸ் போன்றவர்கள் பூகோள வெளியில் (La tere humaine) பயணித்தவர்கள் என்றும், மார்க்கி தெ சாத் (Marquis de Sade) போன்றவர்கள் உடல் வெளியில் (La terre du corps) பயணித்தவர்கள் என்றும், ஃப்ராய்ட், வில்ஹெல்ம் ராய்க் போன்றவர்கள் மனவெளியில் (La terre psychique) பயணித்தவர்கள் என்றும், அந்தோனின் ஆர்த்தோ போன்றவர்கள் உடல் மற்றும் மனவெளியின் எல்லைகளைத் தகர்த்தவர்கள் (deter-itorialization) என்றும் சொல்லலாம் என்பதால் இவற்றில் முக்கியம் முக்கியமின்மைகள் என்று ஏதும் கிடையாது என்றும் கூறும் ஸொர்போனிலிருக்கும் ஈழத் தமிழச்சியின் அகதி அறிவின் அணுகுமுறையை ஏற்றுக்கொள்ளலாமா?

11. எரிக் ஃப்ராமைப் போல் நெக்ரோஃபீலியா என்பதைத் தொழில் வளர்ச்சியோடு தொடர்புபடுத்துவது தவறு என்றும், இது தொல் சமூகங்களிலும் காணப்படும் ஒரு விஷயம்தான் என்றும், ஆனால் இதற்கு உளவியல்ரீதியான விளக்கம் எதுவும் கொடுக்க முடியாது என்றும், ஏனென்றால் உளவியல் என்றே எதுவும் கிடையாது என்றும், ஆனால் இதை ஆய்வுரீதியாக விளக்கமுடியாத திதியே முழுக்க முழுக்க புனைவில் சரணடைந்துவிட்டார் என்றும், அந்தப் புனைவு கூட வெறும் கதைசொல்லல் என்ற அளவிலேயே நின்றுவிட்டது என்றும், திதியே மற்றும் எரிக் ஃப்ராம் இருவரையுமே மறுக்கும்

ஈழச்சியின் கருத்துகள் ஏற்றுக்கொள்ளத்தக்கவையா? (திதியேவின் உட்டோப்பியா-Le monde outopie de Didier-Eelachi: AnthropologiePrintemps. 1989: பக்கம்:*72-81*) இவள், லெவி ஸ்த்ராஸின் 'துயரகரமான நிலப்பகுதி'யையும் (Tristes Tropiques) கூட புனைவுதான் என்று கூறி, ஒருவகையில் மனித வரலாறு முழுக்கவுமே புனைவுதான் என்கிறாள்.

12. பேய் பிசாசுகள், கழுகுகள், நரிகள், மந்திரவாதிகள், பேய்க்கதை மன்னர்கள் போன்றவை - போன்றவர்களுக்கும் நெக்ரோ சின்ட்ரமுக்கும் தொடர்பு உண்டா?

13. ஈழச்சி, தன் வகுப்பு மாணவர்களிடம் ஒரு கேள்வி கேட்டாள்: "மனித இனத்தின் கண்டுபிடிப்புகளிலேயே அரிதான இரண்டு கண்டுபிடிப்புகள் என்ன?" மாணவர்கள் சொன்ன எந்தப் பதிலிலும் திருப்தியுறாத ஈழச்சி சொன்னாள்: "பூஜ்யமும் கடவுளும். இரண்டுமே இல்லாதது. இல்லாத ஒன்றைக் கண்டுபிடிப்பதுதான் கண்டுபிடிப்பு களின் சிகரம் என்று சொல்லமுடியும்."

"பூஜ்யமும் கடவுளும் மனிதனின் நெக்ரோ சின்ட்ரமுடன் சம்பந்தப் பட்டவை, மரணத்தின் உருவகங்கள் இவை" என்று கூறும் ஈழச்சியின் கூற்று, அவளது மற்ற கூற்றுக்களுடன் ஒப்பிடும்போது சுய முரண்பாடா கத் தோன்றுவது சரியா?

14. ஓவியம்-*5* நமக்கு எதை நினைவூட்டுகிறது?

15. ஈழச்சி சென்ற வருடம் திதியேவைச் சந்தித்த அனுபவத்தை என்னுடன் பகிர்ந்துகொண்டாள். ஈழச்சி, தனது நூலைப்பற்றி எழுதியிருந்த கட்டுரையைப் படித்திருந்ததால் திதியோவுக்கு ஏற்கனவே அவள் பரிச்சயமாயிருந்தாள். சிறிதுநேரம் பேசிக்கொண்டிருந்துவிட்டு 'உனக்கு ஒரு ஆச்சரியம் - வா காட்டுகிறேன்' என்று சொல்லி, ஃபூஸுக்களைப் பற்றி தான் எடுத்திருந்த ஒன்பது மணி நேர வீடியோ படத்தைக் காட்டியிருக்கிறார். அதைப் பார்த்து பிரமித்துப்போன ஈழச்சி, இந்தப் படம் ஒரு டாக்குமென்டரியைப் போல் இல்லாமல், திதியே ஒரு பெரிய திரைப்படக் குழுவுடன் ஒரு தென் அமெரிக்க நாட்டிலோ, ஒரு ஆஃப்பிரிக்க நாட்டிலோ போய் எடுத்த ஒரு முழு நீளப் படத்தைப் பார்ப்பதுபோல் இருந்தது என்று சொல்ல, அதற்கு திதியே, இனிமேல் மானுடவியல் ஆய்வு என்பது புத்தகங்களில் சாத்தியமில்லாதது என்றும், எழுத்து என்று போனாலே அது ஆய்வாக அல்லாமல் புனைவாக மாறிவிடுகிறது என்றும், இனிமேல் இது விஷுவல் மீடியாவில்தான் சாத்தியம் என்றும், கோதாரின் டெக்னிக்குகளைப் பயன்படுத்தி ஒரு சினிமா மாதிரியான வடிவத்தில்தான் இனிமேல் மானுடவியல் ஆய்வுகளைச் செய்ய முடியும் என்றும் சொல்லி யிருக்கிறார். இதுவரை இதை வெளியிடாமல் இருப்பதன் காரணம் கேட்டதற்கு திதியே பதில் ஒன்றும் சொல்லவில்லை. இந்தப் படத்தைப் பற்றி எழுத வேண்டுமானால் அதுவே ஒரு நாவல் அளவுக்கு நீளும் என்றும் சொன்னாள் ஈழச்சி. இப்போது வருவது கேள்வி: திதியேவின் விளக்கம் சரியா?

16. திதியேவின் இந்தப் படத்தைப் பற்றிய தகவல் வேறு எங்கும் இதுவரை வெளிவந்திருக்கிறதா?

17. அன்பு வழியே சமூக விடுதலைக்கான அடிப்படை என்று சொல்பவர்களுக்கும், ஆயுதப் புரட்சியே சமூக மாற்றத்திற்கான ஒரே வழி என்று பேசும் மார்க்சியவாதிகளுக்கும், சங்க இலக்கியம் தொல்காப்பியம் போன்றவைகளிலும் சைவ சித்தாந்தத்திலும் அமைப்பியல் வித்துக்களைக் கண்டு அதைப் பயிரிட தங்கள் உழுநிலங்களைத் தயார் பண்ணிக்கொண்டிருக்கும் அமைப்பியல்வாதிகளுக்கும் நெக்ரோ சின்ட்ரமுக்கும் உறவு உண்டா?

18. இந்திய சாதி அமைப்புக்கும் நெக்ரோஃபீலியாவுக்கும் உள்ள உறவுகளை எப்படி எப்படி வகைப்படுத்தலாம்?

நூற்பட்டியல்:

1. The Perpetual Orgy-Maria Vargas Llosa.

2. The Anatomy of Human Destructiveness- Erich Fromm.

3. The Arabian Mythology- Edited by Emile Habiby (1971).

4. Anthropologie-'Eté', 1984.

5. Anthropologie- Printemps, 1989 "Le monde outopie de Didier" by Ealachi (page: 72-81)

6. The Story of the Eye - George Bataille.

7. The extitct animals of the world- Carlos Gonqaleq.

8. Anti- Oedipus-Deleuse-Guattari.

9. Quartely Medical Journal-Fall, 1989.

முன்றில் அக் - டிச, *1993*

௭

மயூர் விஹாரிலிருந்து ஐ.டி.ஓ. வரை அரை மணிநேரம். பிறகு ஐ.டி.ஓ.விலிருந்து 'முத்ரிகா' பஸ் பிடிக்க பத்து நிமிட நடை. பிறகு அங்கிருந்து ஆஃபீஸ், மறுபடியும் ஒரு அரை மணிநேரம். பஸ்ஸின் கூட்டம். நெரிசல். நின்றுகொண்டிருக்கும் பெண்களின் புட்டத்தில் குறி வைத்து அழுத்திச் சுகம்கண்டு வழியை அடைத்துக்கொண்டிருப்பவர்கள். அவர்களைத் தாண்டி மூச்சடைக்க நீச்சல். வேர்வை. எரிச்சல். பிதுக்கித் தள்ளிய பஸ்ஸிலிருந்து வெளியே விழுந்து எழுந்து வேகமாய் நடந்துவந்து வருகைப் பதிவேட்டில் கையெழுத்தைப் போட்டேன்.

இப்போது அவசியம் ஒரு டீ குடித்தாக வேண்டும். கையிலிருக்கும் பைசா சாயங்காலம் திரும்பிப் போவதற்கானது. யாரைக் கேட்பது? சுகதன் இருந்தால் அவன் வாங்கிக் கொடுப்பான். அவனுக்கு ஒரு வாரம் முன்புதான் மாற்றல் வந்து அவனும் போய்விட்டான். என் பக்கத்து சீட்டிலிருக்கும் அஷோக்கிடம் கேட்க முடியாது. அவனிடம் ஏற்கனவே பத்து ரூபாய் கடன்.

ஒரு நாலைந்து நாட்களுக்குமுன்னர் மாரியப்பன் வந்திருந்தார். வரும்போதே அவரை தூரத்திலிருந்து பார்த்துவிட்டேன். அன்றும் என்னிடம் பஸ் டிக்கட்க்கு மட்டும்தான் பைசா இருந்தது. மாரியப்பனுக்கு டீ வாங்கிக் கொடுக்கவேண்டும். ஜனக்புரியிலிருந்து நம்மைப் பார்க்க வருகிறவருக்கு ஒரு டீ கூட வாங்கிக் கொடுக்காவிட்டால்? உடனே அஷோக்கிடம் ஒரு ரூபாய் அவசரமாகக் கேட்டேன். அவன் தன்னிடம் பத்து ரூபாய் நோட்டாகத்தான் இருக்கிறது என்று அதைக் கொடுத்தான்.

தெம்பாக மாரியப்பனை அழைத்துக்கொண்டு டீக்கடைக்குப் போனேன். அவரைப் பார்த்தே வெகுநாளாயிற்று. ஒரு வருடத்திற்கு முன் மால் ரோடில் நானும் அவரும் இருக்கும்போது தினமும் சந்தித்துக்கொள்வோம். இலக்கியம், அரசியல், சமூகவியல், தத்துவப்

பிரச்சினைகளைப் பற்றியெல்லாம் பேசுவோம். 'என்ன, கல்யாணத்துக்குப் பிறகு இப்படி ஆகிவிட்டீர்கள்?' என்றார். ஒன்றும் எழுதுவதில்லை முன்னைப்போல்; வீட்டுக்கும் வருவதில்லை; கடிதமும் போடுவதில்லை என்றெல்லாம் குறைப்பட்டுக்கொண்டார். நான் உயிரோடு இருக்கிறேனா என்று கேட்டு வில்லியம்ஸ் எழுதியிருந்தாராம். நான் எதற்கும் பதில் சொல்லாமல் சிரித்தேன்.

மாரியப்பன் குழம்பிப் போனார். துளைத்துத் துளைத்துக் கேட்டார். நான் காதல்மணம் புரிந்துகொண்டதால் அவர் சந்தேகம் அதிலேயே இருந்தது. (ஆசையும் மோகமும் போய் இப்போதுதான் அறிவு வந்து தவிக்கிறேனா? குடும்ப வாழ்க்கை எப்படி இருக்கிறது? அதனால் ஏதாவது பிரச்சினையோ?) ஒன்றுமே பேசாமல் இருந்த நான் இதை மட்டும் அழுத்தமாக மறுத்தேன்.

அன்று அஷோக்கிடம் மீதிப்பணத்தை நான் திருப்பிக் கொடுக்கவில்லை. அன்று காலையிலேயே ஸ்டவ்வில் மண்ணெண்ணெய் தீர்ந்துபோயிருந்தது. அதிலேயே எப்படியோ சமாளித்து திரியையே எரித்து சமையலை முடித்தாள் மனைவி. அதனால் மீதி ஒன்பது ரூபாயில் அன்று மாலை மண்ணெண்ணெய் வாங்கிவிட்டேன்.

அஷோக் பணத்தில் ரொம்பக் குறியாய் இருப்பவன். (அது சரி, யார்தான் பணத்தில் குறியாயில்லை?) அதனால் பணத்தைக் கேட்பான் என்று நினைத்தேன். இன்றுவரை கேட்கவில்லை. ஆனால் அதற்கு மறுநாள், 'இப்போதெல்லாம் ஒரு ரூபாய், இரண்டு ரூபாய் நோட்டுக்கெல்லாம் தட்டுப்பாடாக இருக்கிறது இல்லையா?' என்று கேட்டான். நானும் 'ஆமாம்' என்றேன்.

இனிமேல் சம்பளம் வாங்கித்தான் அதைத் திருப்பவேண்டும். ப்யூனிடம் போய் ஒரு ரூபாய் கேட்டேன், நாளை திருப்பித் தந்துவிடுவதாக. அவனிடம் இல்லை என்றான். 'சரி, ஒரு எட்டணா கொடு, அவசரமாகத் தேவைப்படுகிறது. மத்தியானம் திருப்பித் தருகிறேன்' என்றேன். முப்பது பைசாவை எடுத்துக் காட்டினான். அவ்வளவுதான் அவனிடம் இருக்கிறதாம்.

டீ குடிக்க வேண்டும் என்றிருந்த உணர்ச்சி இப்போது வெறியாகவே மாறி இருந்தது. டீக்கடையில் கடன் சொல்லிவிட்டுக் குடிக்கலாமா என்று நினைத்தேன்: ம்ஹூம். காலை பத்தரை மணிக்குப் போய் கடன் சொல்லி டீ குடிக்க எனக்குத் துணிச்சல் இல்லை. கேன்டீனுக்குக் கொடுக்கவேண்டியிருந்த பாக்கியை முதல் தேதியே கொடுத்திருந்தால் இப்படி சிங்கியடிக்க வேண்டி இருந்திருக்காது. ஆனால் சம்பளம் வாங்கிய மறுநாளே வீட்டு வாடகை, சமையல் சாமான், முக்கிய கடன் பட்டுவாடாவில் சம்பளமே தீர்ந்துவிட்டதில் கேன்டீன் பாக்கி விட்டுப்போனது.

சரி, கடனில் இன்று காரியம் நடக்காது, பணம் பண்ணவேண்டியது தான் என்று, என் வாடிக்கையாளர்களைத் தேடினேன். பட்னாகர்

மட்டும்தான் அகப்பட்டான். 'என்ன, ஏதாவது இருக்கிறதா?' என்று கேட்டேன். 'Issue today என்று கையெழுத்து வாங்கித்தர முடியுமா?' என்றான்.

'Issue today' வாங்குவது மிகவும் கடினம். யாருக்கு ஐந்து மூட்டை சிமெண்ட் வேண்டுமோ அவர், தன் ரேஷன் கார்டை உதவி டைரக்டரிடம் கொண்டுவந்து காட்டி விண்ணப்பத்தாளையும் கொடுத்தால் அவருக்கு ஐந்து மூட்டை கிடைப்பதற்கான அனுமதி ('Issue 5 bags') கிடைக்கும். அதை அவர் பர்மிட் செக்ஷனில் கொடுத்தால் வரிசைக் கிரமமாக அவருடைய அப்ளிகேஷன் வைக்கப்படும்; ஒரு ஒன்றரை மாதம் கழித்து அவருடைய எண் வரும்; பர்மிட் வழங்கப்படும். ஆனால் V.I.Pகளுக்கு 'Issue 5 bags today' என்று எழுதி கையெழுத்திட்டுத் தருவார் A.D.

பர்மிட் கொடுக்கும் குமாஸ்தாவுக்கு முன்னால் எப்போதும் ஒரு நூறு, நூற்றைம்பது பேர் வரிசையில் நிற்பார்கள். குழந்தை குளுவான்களுடன் பெண்கள். வெற்றிலை, பீடியுடன் ஆண்கள். VIP வந்து இந்த வரிசையில் நிற்க முடியாது. எனவே A.D. தன் 'சம்ச்சா' யாரையாவது விட்டு கௌண்டரில் அமர்ந்திருக்கும் குமாஸ்தாவிடம் வி.ஐ.பி. அப்ளிகேஷன்களைக் கொடுத்து அவற்றை பர்மிட்டாக மாற்றவேண்டும். யாராவது அப்ளிகேஷன்களுடன் கௌண்டரின் உட்பக்கம் வந்தாலே போதும். வரிசையில் நிற்பவர்களால் கௌண்டர் குமாஸ்தாவின் உயிருக்கு ஆபத்து உண்டு. காரணம், அவர்கள் ஐந்து மூட்டை சிமெண்டுக்காக எண்ணற்ற சம்பிரதாயங்களை நிறைவேற்றி, பல நாட்கள் நடையாய் நடந்து, பல வரிசைகளில் நின்று, அதற்குப் பிறகு சில மாதங்கள் காத்திருந்து இப்போது கடைசியாக பர்மிட் வாங்குவதற்காக நிற்பவர்கள். எனவே, இங்கு எரிமலைக் கொந்தளிப்புதான் எப்போதும் எதிர்பார்க்கக்கூடியது.

நேற்று நடந்தது இது. நான் A.D.யின் அறையில் அவர் சொல்வதை எழுதிக்கொண்டிருந்தேன். அப்போது குப்தா (A.D.யின் 'சம்ச்சா'க்களில் ஒருவன்) வந்து 'A.D. கொடுக்கும் அப்ளிகேஷன்களுக்கு கபூர் பர்மிட் பண்ண மறுக்கிறான். நீங்களே கூப்பிட்டுக் கேளுங்கள்' என்று சொல்லிவிட்டு உட்கார்ந்தான். ப்யூன் மூலம் கபூரை வரவழைத்தார் A.D.

'ஜனாப். நீங்கள் என்னைக் கூப்பிட்டு என்னிடம் கொடுங்கள். நான் செய்கிறேன். 'But I don't trust this man' என்று குப்தாவைச் சுட்டிக்காட்டி சொன்னான் கபூர்.

A.D.க்கு முகமே செத்துவிட்டது. உடனே கபூரை போகச்சொல்லி விட்டு 'பெஹன் சூத்' என்றார். கபூர் சொன்னபடி, அவனைக் கூப்பிட்டு A.D. அப்ளிகேஷன்களைக் கொடுக்கமுடியாது. பர்மிட் வழங்கும் நேரத்தில் கௌண்டர் குமாஸ்தா இஷ்டத்திற்கு எழுந்து போக முடியாது. போனாலும் பிறகு திரும்பி வந்து வரிசையில் இருப்பவரைக் கவனிக்காமல் வேறு ஏதோ தாள்களைப் பார்த்து

பர்மிட் கிழித்துக் கொண்டிருந்தால் மறுபடியும் கூட்டத்திலிருந்து சத்தம் கிளம்பும்.

இவ்வளவு பிரச்சினைக்கு இடையில் எப்படி பணம் பண்ணுவது? இந்த செக்ஷனில் கபூர் மட்டும் பணம் பண்ணுவது கிடையாது. எனவே, பணம் பண்ணுகிற யாருக்கும் அவன் உதவ மாட்டான். ஆனால் பிற கௌண்டர்கள்? 'Discussed with A.D. Issue five bags today' என்று குமாஸ்தாக்களே கையெழுத்திட்டு பர்மிட் வழங்கிவிடுவார்கள். இதற்கு மிகுந்த தந்திரமும், சுறுசுறுப்பும், திறமையும் வேண்டும். கௌண்டருக்கு எதிரில் வரிசையில் தன்முன்னே நிற்பவனின் கண்ணில் எண்ணெய் விடத் தெரிந்திருக்கவேண்டும். அவனுக்கு பர்மிட் எழுதும்போதே தன் பாக்கெட்டுக்கும் இன்னொரு பர்மிட் எழுதிக்கொள்ள வேண்டும். வரிசையில் நிற்பவன் தன்னை இவன் அனாவசியமாகத் தாமதப்படுத்துகிறான் என்று உணராதவகையில் சுறுசுறுப்பாக இயங்கவேண்டும். இடையிடையே பக்க வழியிலிருக்கும் கேட்டிலும் கண் வைத்துக் கொள்ள வேண்டும். A.D.யின் 'சம்ச்சா' அப்ளிகேஷன்களுடன் வந்து நிற்பான். இவன் உடனே 'இந்தச் சமயம் பார்த்து ஒன்னுக்கு வருகிறதப்பா' என்று சொல்லி அலுத்துக்கொண்டே எழுந்து வந்து அப்ளிகேஷன்களை வாங்கி பாக்கெட்டில் மறைத்து... நிச்சயம் இதற்குத் திறமை வேண்டும்தான்.

குப்தா போனதும் A.D. மறுபடியும் கபூரைக் கூப்பிட்டுவிட்டு அவனிடம் கெஞ்சினார்.

'எத்தனையோ V.I.P க்கள் வருகிறார்கள். அவர்களுக்காகத்தான் நான் குப்தாவை அனுப்புகிறேன். நீ அதற்கு 'பர்மிட்' பண்ணிக்கொடுத்தால் என்ன? இங்கே பார் கபூர், நாமெல்லாம் ஒருவரையொருவர் புரிந்துகொண்டு அன்பாக இருந்தால்தான் வண்டி நகரும். இல்லாவிட்டால் ஒன்றும் நடக்காது...'

'சரி, நேற்று நீங்கள் குப்தாவிடம் எத்தனை அப்ளிகேஷன் கொடுத் தனுப்பினீர்கள், சுமாராக?'

'ஏன்... நன்றாக நினைவில் இருக்கிறதே... எட்டு அப்ளிகேஷன்...'

'குப்தா என்னிடம் கொடுத்தது பதினைந்து அப்ளிகேஷன். எட்டில் உங்கள் கையெழுத்து இருந்தது. மீதியில் 'Discussed with A.D. Issue today' என்று குப்தாவின் கையெழுத்து இருந்தது...'

'அப்படியா? நான் குப்தாவைக் கேட்கிறேன். ஆனாலும் கபூர்... நீ இப்படி குப்தாவையும் வைத்துக்கொண்டு என்னிடம் 'நான் இவனை நம்பவில்லை' என்று சொல்லலாமா? எதுவாக இருந்தாலும் என்னிடம் தனியாகச் சொல். நீ இப்படிச் சொன்னபிறகு நான் குப்தாவிடம் இனிமேல் எப்படி V.I.P.களுக்கான வேலையைக் கொடுக்க முடியும்?'

பிறகு மறுபடியும் A.D. குப்தாவைக் கூப்பிட்டு அனுப்பினார். குப்தா வந்ததும் என்னைச் சற்றுநேரம் கழித்து வரச்சொல்லி அனுப்பி

விட்டார். கபூரை எப்படிச் சமாளிப்பது என்று இரண்டுபேரும் பேசுவார்களாயிருக்கும்.

இங்கு A.D.யும் ஒரு L.D.C.யும் சரிசமமாகப் பழகுவார்கள். ஒன்றாக சிகரெட் குடிப்பார்கள். ஒரே தட்டில் சாப்பிடுவார்கள். அத்தனை அன்பு. ஒரு மூட்டைக்கு பத்து ரூபாய் வீதம் கைக்கு வரும். இது ஒன்றும் ஊழல் இல்லை. திறமைக்குச் சன்மானம்!

A.D.யின் அன்புக்குப் பாத்தியதை ஆகமுடியாத வேறோர் பிரிவில் இருக்கிறேன் நான். எனவே, எப்போதாவது மாதம் ஒருமுறைதான் அப்ளிகேஷனுடன் போய் A.D.யிடம் 'Issue today' பெற முடியும்.

இந்த மாதம் ஏற்கனவே ஒருமுறை போய் வந்துவிட்டேன். அதற்கே 'விண்ணப்பதாரர் யார்? உனக்குத் தெரிந்தவரா? இங்கே இப்போது வந்திருக்கிறாரா?' என்றெல்லாம் கேள்விகள் கேட்டார். எனவே இனியொரு முறை போவது மிகவும் சிரமம். போனாலும் கிடைக்குமா என்பது சந்தேகம். சமயங்களில் 'Issue five bags' என்று மட்டும் எழுதிவிடுவார். அதனால் பயனில்லை.

சரி, ஆனது ஆகட்டும். இப்போதைக்கு டீ வேண்டும். அதற்காக என்ன வேண்டுமானாலும் செய்யலாம். 'சரி, கொண்டு வா' என்றேன். இதோ வருகிறேன் என்று போனான். ஐந்து நிமிடம் ஆனது. பத்து நிமிடம் ஆனது. ஆளே வரவில்லை. வேறு ஆட்களும், வரவில்லை.

டீ வெறி அதிகமாகிக்கொண்டே போனது. வேறு வழியில்லாவிட்டால் கையிலிருக்கும் எண்பது பைசாவிலிருந்து டீ குடித்துவிட வேண்டியது தான். திரும்பும்போது பஸ்ஸில் டிக்கட் எடுக்க முடியாது. டிக்கட் எடுக்காமல் பயணம் செய்வதை ஏற்கனவே ஒருமுறை அனுபவித்து விட்டேன். சென்றமாதத்தின் கடைசி நாள். சுத்தமாக கையில் பைசா இல்லை. ஆஃபீசுக்குப் போகவில்லை. மறுநாள் போய் காஷுவல் லீவ் அப்ளிகேஷனில் 'பஸ்ஸில் டிக்கட் எடுக்க பைசா இல்லாததால் ஆஃபீஸ் வரமுடியவில்லை' என்று எழுதலாமா என்று நினைத்தேன்.

மறுநாள் சம்பள தினம். எப்படியாவது ஆஃபீசுக்கு போயாக வேண்டும். எண்பது பைசாவுக்கு எந்த வழியும் புலப்படவில்லை. பழைய பேப்பர்களையும் ஏற்கனவே போட்டாகிவிட்டது. அன்று டிக்கட்டே எடுக்காமல்தான் ஆஃபீஸ் வந்தேன். I.T.O. நிறுத்தத்தில் அடிக்கடி செக்கிங் இருக்கும் என்பதால் I.T.O. ஃப்ளை ஓவருக்கு முன்னால் இருக்கும் சிக்னலிலேயே இறங்கிவிடலாம் என்று நினைத்திருந்தேன். ஆனால் பஸ் சிக்னலில் நிற்கவில்லை. நிறுத்தத்தில் இறங்கவோ எனக்குப் பயமாயிருந்தது. பிறகு அடுத்த சிக்னலில் நின்றபோது இறங்கி, திரும்பி ஐ.டி.ஓ.வுக்கு நடந்து வந்து ஆஃபீசுக்கு வர மிகுந்த கூட்டமாயிருக்கிற பஸ்ஸாகப் பார்த்து ஏறினேன். இருந்தாலும் பயம்தான். அடிக்கொரு தரம் முன்னாலும் பின்னாலும் பார்த்துக் கொண்டேன். காக்கி உடை முன் கேட் வழி ஏறினால் பின் கேட் வழியாக உடனே இறங்கிவிட வேண்டும்; காக்கி பின் கேட் வழி

ஏறினால் முன் கேட் வழியாக இறங்கிவிட வேண்டும். இரண்டு பக்கமும் இரண்டு காக்கி உடைகள் ஏறினால், அவ்வளவுதான், எத்தனை நாள் ஜெயிலில் போடுவார்கள் என்று யோசித்தேன். மாட்டினால் அவர்களிடம் கெஞ்சிக்கொண்டிருக்கக் கூடாது. 'அனாவசியமாக என்னிடம் பேசிக்கொண்டிருக்காதே; என்ன தண்டனையோ அதைக் கொடு' 'ஏன் டிக்கட் எடுக்கவில்லை?' 'சொல்லமுடியாது; என்ன தண்டனையோ அதைச் சீக்கிரம் கொடு.'

நல்லவேளை, ஆஃபீஸ் நெருங்கும்வரை மாட்டவில்லை. ஆஃபீஸ் நிறுத்தத்துக்கு முன்னாலும் ஒரு சிக்னல் இருந்தது. ஆனால் சிக்னலையெல்லாம் நம்பிப் பயனில்லை. அதற்கு முன்னாலேயே பஸ்ஸின் வேகம் சற்றுக் குறைந்திருந்தபோது லாவகமாக இறங்கிக்கொண்டேன்.

அப்படியொரு அவஸ்தையை இன்றும், அதுவும் ஒரு டீக்காக, அனுபவிக்க விரும்பவில்லை நான். ஆனாலும் என்னையறியாமலேயே டீக்கடையை நோக்கித்தான் போய்க்கொண்டிருந்தேன். அப்போதுதான் பட்னாகர் ஆஃபீசுக்கு வெளியே போய்க்கொண்டிருந்தான். கூப்பிட்டேன். 'இதோ அப்ளிகேஷன் தயாராகிக்கொண்டிருக்கிறது, நானே உன்னிடம் வருகிறேன்' என்றான். மறுபடியும் 'இங்கே வா' என்றேன். வந்தான். ஒரு ஓரமாக அவனை அழைத்து 'ஒரு ஒரு ரூபாய் கொடு' என்றேன். நிம்மதியாக டீக்கடைக்குள் நுழைந்தேன்.

மீட்சி நவம்பர், 1983

கண்ணிநுண் சிறுத் தாம்பு

என் ப்ரிய ஸ்நேகிதிக்கு,

உன் பெயரை நான் அறியேன். இருந்தாலும் இந்தக் கடிதத்தை நான் உனக்கு எழுதுவதன் காரணம்... இப்போது வேண்டாம். போகிற போக்கில் நீயே புரிந்துகொள்வாய்.

முதலில் நேற்று நடந்த சம்பவத்தை நான் உனக்குச் சொல்ல வேண்டும்.

நேற்று முழுமையும் என் தனி அறையிலேயே அடைந்து கிடந்து விட்டு மாலை மங்கியதும் வெளியே கிளம்பினேன்.

எங்கே செல்வது என்பதற்கான முன்கூட்டிய திட்டங்கள் எதுவும் இல்லை. அது சாத்தியமும் இல்லை. எங்கே போவது? நண்பர்களைச் சந்திக்கவா? கடற்கரைக்கா? புத்தகச் சாலைக்கா? மது அருந்தவா? இல்லை. நான் தனிமையில் மது அருந்தியதே இல்லை.

இன்றும் மற்ற தினங்களைப் போலவே எதற்கான சாத்தியமுமற்று தனித்துக் கிடந்தது. நண்பர்களின் எண்ணிக்கையும் சிறிது சிறிதாய்க் குறைந்து இன்று ஒன்றில் வந்து நின்றுவிட்டது.

நசீம்.

ஆனால் அவனை இன்று சந்திக்க முடியாது. நேற்றுதான் சந்தித்திருந்தேன்.

"நாம் அடிக்கடி சந்தித்துக்கொண்டிருக்கிறோம். வேண்டாம். நான் சில தினங்கள் தனித்திருக்க விரும்புகிறேன்" என்றான்.

"தனிமை உனக்குப் பிரச்சினையாக இல்லையா?"

"முதலில் பிரச்சினையாகத்தான் இருந்தது. பிறகு நான் என்னையே நேசிக்கக் கற்றுக்கொண்டுவிட்டேன்."

நானும் என்னை நேசிக்கத்தான் செய்கிறேன். ஆனாலும் என்னால் தனித்திருக்க முடியவில்லை. ஒருவித சூன்ய உணர்வில் மனம் நைந்துவிடுகிறது.

"உன்னைக் கண்டு நீயே பயப்படுகிறாய். இதை இப்படியேவிட்டால் தற்கொலை உணர்வாக மாறிவிடக்கூடும். இது ஒருவிதமான மனநோய்.

உடனே ஒரு நல்ல சைக்கியாட்ரிஸ்டிடம் கலந்து ஆலோசிப்பதுதான் நல்லது” என்றான் நசீம்.

அந்த மனநோயின் பெயரையும் ஆங்கிலத்தில் சொன்னான். எனக்கு மறந்து போய்விட்டது.

எனக்கு சைக்கியாட்ரிஸ்டுகளிடம் எந்த நம்பிக்கையும் இல்லாததால் போய் ஆலோசிக்கவில்லை. ஆலோசித்தால் இப்போதிருக்கும் மனநோய் இன்னமும் அதிவேகத்தில் முற்றிவிடக்கூடும் என்ற பயமும் ஒரு காரணம். மேலும், மனம் என்ற ஒன்றே எனக்கு இருக்கிறதா என்ற சந்தேகமும் எனக்கு உண்டு. அல்லது இருந்து கொண்டிருக்கிற மனம் அறவே மரத்துப் போயும் இருக்கலாம். மரத்துப்போன மனதை உணர்வு பெறச் செய்து வீணான பிரச்சினைகளை இழுத்துப் போட்டுக்கொள்வதும் நல்லதல்லதான்.

என் நண்பன் கண்ணன் அடிக்கடி சொல்லுவான்:

“என் கண்களை மூடினால் போதும், நான் இயேசு கிறிஸ்துவிடம் கூடப் பேசுவேன்.” ஆனால் நான் கண்ணை மூடினால் தூக்கம்தான் வருகிறது.

நேற்று நசீமைப் போய் பார்க்கலாமா, வேண்டாமா என்று யோசித்துக் குழம்பியதிலேயே மதியம் வந்துவிட்டது.

நிறைய புத்தகங்கள் இருந்தும் மனம் அவற்றில் லயிக்கவில்லை. தாங்கவொண்ணாத அனாதை உணர்வு மனதைக் கவ்வ, இத்தனை பெரிய மக்கள் கூட்டத்தில் நமக்கென்று ஓர் ஆத்மா இல்லாமல் போனதைப் பற்றிய சலிப்புத் தோன்ற தூங்க ஆரம்பித்தேன். நிறைய துர்சொப்பனங்கள்.

பாலைவெளியில் தனித்து நடந்து போய்க்கொண்டிருக்கிறேன். தாகமும் அயர்வும் மிக, திசைகள் புரியாது கலங்கி வீழ்கிறேன். எனது சவத்தைப் பேர் தெரியாத பாலைவனத்துப் பறவைகள் பல கொத்தித் தின்கின்றன.

மலைகளில் தனித்து அலைந்து கொண்டிருக்கிறேன். பசுமை காணாத வறட்டு மலைகள். முட்செடிகள் என் தசையை குத்திக் கிழிக்கின்றன. சாம்பல் நிறத்தில் குருதி வடிகிறது.

எழுந்த பிறகு இனியும் இந்த நாலு சுவர்களுக்குள் முடங்கிக் கிடப்பது சாத்தியமற்றதாகத் தோன்றவே வெளியே கிளம்பினேன்.

நசீமின் அறைக்குப் போகலாமா? போனால் அறையில் இருக்க மாட்டான். பரவாயில்லை. சாவியை அறைக்கு வெளியே வைத்து விட்டுப் போயிருந்தால் அங்கேயே பொழுதைக் கழிக்கலாம். அவனுடைய அறையில் தனிமைப் பாரம் மூச்சுமுட்ட அழுத்துவதில்லை. அவனுடைய சுவாசக் காற்றினால் நிரம்பிய அந்த அறை நான் அங்கே தனித்திருந்தாலும் சக மனிதஜீவி ஒன்றின் அண்மையையும், இருப்பையும் எனக்கு உணர்த்திக்கொண்டே இருப்பதுபோலிருக்கும்.

ஆனால் நசீம் அறையில் இருந்துவிட்டால் எனது வரவை எப்படி

எதிர்கொள்வானோ என்று திடீரென ஓர் எண்ணம் தோன்ற, மியூசிக் அகாதமி நிறுத்தத்திலேயே பஸ்ஸிலிருந்து இறங்கிக்கொண்டேன்.

நண்பர்கள் இல்லாத இந்த மாலைப்பொழுதை இனி என்ன செய்ய?

உயிரினும் உயிராயிருந்த நண்பன் சுகதன், "இனிமேல் நாம் நண்பர் களாயிருப்பது சாத்தியமில்லை" என்று சொல்லி உறவை முறித்துக் கொண்டான். நான் இடதுசாரிகளைக் கொச்சைப்படுத்துகிறேன் என்பது அவன் புகார். ஆனால் 'அந்தக் கதைகளில்முன் வைக்கப் பட்டிருப்பவை எங்களது தலையாய பிரச்சினைகள்' என்று, என் மதிப்புக்குரிய சில இடதுசாரி நண்பர்கள் என்னிடம் சொன்னதை நான் சுகதனிடம் தெரிவிக்கவில்லை.

"இனி நமக்குள் எவ்விதத் தொடர்பும் வேண்டாம்" என்று, அவன் தன்னிச்சையாக இந்த நட்பை முடிவுக்குக் கொண்டுவந்திருந்தான். மனித உறவுகளைவிட கொள்கைப் பிரகடனங்களும், ரத்தமும் சதையு மற்ற வெற்றுக் கோட்பாட்டுக் கூச்சல்களும் அவனுக்குப் பெரிதாகத் தோன்றியிருக்கலாம். அல்லது இதையே அவன் வேறோர் கோணத்தி லிருந்து பார்த்து அந்த முடிவுக்கு வந்திருக்கலாம். வாக்குமூலத்திற்குக் கூட அருகதையற்றவனாக என்னை அவன் தரப்படுத்தி இருக்கலாம்.

எப்படி அந்த உணர்வு வந்தது என்றே அறியாமல் நான் விரைந்து வந்துகொண்டிருந்த அந்த நான்கு சக்கர வாகனத்தின் முன்னே விழுந்தேன். நல்வினையா, தீவினையா என்று தெரியவில்லை. மிகச் சரியாக அந்த நேரத்தில் சிக்னல் விழ அந்த வாகனம் கிறீச்சிட்டபடி நின்றது. வாகனத்திலிருந்து வெளியே எட்டிப்பார்த்து 'ஓரமாக வரக்கூடாதா?' என்று கோபமாகக் கேட்க ஆரம்பித்த அந்தக் கனவான், எனக்குக் கீழே எதையோ பார்த்துவிட்டு "ஸாரி பிரதர்... இந்த ஆளுங்களுக்கு குடிச்சிட்டு விழுந்து புரள இந்த இடம்தானா கிடைச்சிது? இந்த ஆளால்தான் தடுக்கி விழுந்திட்டீங்களா? சிக்னல் விழாமல் இருந்திருந்தால் இந்நேரம் உங்களுக்கு ஏதாவது ஆகியிருக்கும்" என்றார்.

அப்போதுதான் நான் கீழே கவனித்தேன். சாலையோரத்தில் ஒரு ஆள் மயங்கியநிலையில் விழுந்து கிடந்தான். அவனைத் தூக்கி பிளாட்ஃபாரத்தில் கிடத்தினேன். இருள் கவியத் துவங்கியிருந்தது. வாகனங்களைக் கட்டுப்படுத்தி அனுப்பிக்கொண்டிருந்த போலீஸ் காரரையே கவனித்தபடி நின்றுகொண்டிருந்தேன். எட்டுத் திசைகளில் சீறியபடி சென்றுகொண்டிருந்தன வாகனங்கள்.

திட்டமிடப்படாத ஒரு மாலைப் பொழுதைப் பற்றி ஒரு ஆஸ்திரேலிய எழுத்தாளன் எழுதிய கதை ஒன்றும், ஆத்மாநாமின் தற்கொலையும் ஞாபகத்திற்கு வந்தன.

இதே போன்றதொரு மாலைப் பொழுதில் தனிமையில் வந்து கொண்டிருந்தபோது முன்பின் அறிந்திராத ஒரு பெண்ணைச் சந்திக்க நேர்ந்து அவளுடன் சிநேகம் கொண்டதுபற்றி எழுதியிருக்கிறான் அந்த ஆஸ்திரேலிய எழுத்தாளன்.

இங்கு தமிழ்நாட்டில் இம்மாதிரியான சாத்தியக்கூறுகள் எதுவும் கிடையாது என்பது மனதில் தைத்தது.

இங்கும்தான் எத்தனையோ ஆண்கள், பெண்கள், நூறு, ஆயிரம். லட்சம், கோடி என்று... இந்த ஜன சமுத்திரத்தில் தனித்துப்போன ஒரு துகள். சே... Self pity... Self pity - Self pity is nonsence.

ஒரு ஐந்து வயதுச் சிறுமி, சிக்னலில் நின்றுகொண்டிருந்த வாகனங்களின் ஊடே... நெளிந்தும் வளைந்தும் ஓடி, ஓடி மாலை தினசரிகளை விற்றுக்கொண்டிருந்தாள்.

மற்றொரு சிறுமி - செய்தித்தாள் விற்றுக்கொண்டிருந்தவளைவிடவும் சிறியவள் - ஒருவேளை அவளுடைய சகோதரியாகவும் இருக்கலாம். சாலையின் ஓரத்தில் முன்னங்கால்களை மடித்து உட்கார்ந்து நெற்றி தரையில் தொட்டுத் தொட்டு நிமிர தொழுகை செய்வதுபோல் இரண்டு கைகளையும் பக்கவாட்டில் இணைத்து பிச்சை கேட்டுக் கொண்டிருந்தாள்.

"என்ன செய்துகொண்டிருக்கிறீர்கள் இங்கே?" என்றவாறு, என் தோளில் தோழமையுடன் விழுந்தது ஒரு கை.

திரும்பிப் பார்த்தேன்.

நடேசன். எப்போதேனும் சந்திக்கக்கூடிய ஒரு நண்பர்.

"ஒன்றும் திட்டமில்லாமல் நின்றுகொண்டிருக்கிறேன்."

"ஆச்சரியம்! நானும் எந்தத் திட்டமும் இல்லாமல்தான் நடந்து கொண்டிருக்கிறேன்."

தேநீர் அருந்தலாம் என்று நடந்தோம்.

அலுவலகத்தில் இன்று அவருடைய நெருங்கிய தோழி ஒருத்திக்கு வேற்றூருக்கு மாற்றலாகிவிட்டது பற்றியும், அதனால் மனம் சரி யில்லாமல் பிரிவு உபசார விழாவில்கூட கலந்து கொள்ளாமல் இப்படி மனம்போனபடிக்கு நடந்துகொண்டிருப்பதாகவும் சொன்னார்.

"இன்று காலையில் அவள் அலுவலகத்தில் நுழைந்து என்னைப் பார்த்தபோது அவள் கண்கள் பனித்திருந்தன. ஷீ இஸ் மேரிட், யூ ஸீ...

சிறிதுநேரம் எதுவும் பேசாமல் நடந்துகொண்டிருந்தோம். காலையில் பார்த்த பனித்த கண்களையே அவர் நினைத்துக்கொண்டிருக்க வேண்டும்.

"சமீபத்தில் என்ன சினிமா பார்த்தீர்கள்?" என்று கேட்டார் சட்டென்று.

"சினிமா பார்க்கவில்லை. நாடகம் பார்த்தேன். வீணா பாணி சாவ்லாவின் பீமா. பாரதக் கதையை பாரதக் கதையாகவே திரும்ப நடித்துக் காட்டாமல் அதை ஒரு சமகாலத்திய நாடகமாக மாற்றி யிருந்தார் இயக்குனர். போர் முடிந்துவிட்டது. மரணவெளிப் பிரதேசமாக மாறிப்போயிருந்தது பூமி. எதிரிகளைக் கொன்றாகி விட்டது. பலிகளும் ஏராளம். சாதனை முடிவில் பீமனுக்கு மகிழ்ச்சி இல்லை. தனிமையுணர்வும் விரக்தியும் மிஞ்ச எல்லையற்ற சூன்ய

வெளியில் தானொரு துரும்பாய் நிற்பதை உணர்கிறான் பீமன். இத்தனை சாவுகளும் எதன்பொருட்டு? இதற்கெல்லாம் அர்த்த மென்ன? இந்த நாசகாரப் பேரழிவில் தனது இடமென்ன? தான் வேட்டையாடிய முதல் மிருகத்தை நினைத்துப் பார்க்கிறான்... ஆம்... இப்போதுதான் வேட்டையாட வேண்டிய மிருகம் தனக்குள்ளே இருப்பதை உணர்கிறான்..."

பேசிக்கொண்டே வந்ததில் மேம்பாலம் வந்துவிட்டது.

"இனிமேல் என்ன காஃபி? கமான். ஐ வில் டேக் யூ டு எ டிரிங்க்..." என்றார் நடேசன்.

நுங்கம்பாக்கம் நெடுஞ்சாலைக்குள் நுழைந்தோம். வருமான வரி அலுவலகத்தின் எதிரிலிருந்த பஸ் நிறுத்தத்தின் அருகே வந்தபோது என் நண்பன் மாணிக்கம் ஒரு பெண்ணுடன் நின்று கொண்டிருப்பதைப் பார்த்தேன். அது அவனுடைய தோழியாக இருக்கலாம். இல்லாமலும் இருக்கலாம். என்னை அவன் பார்த்தபிறகுதான் திரும்பிக்கொண்டானா அல்லது எதேச்சையாகத் திரும்பினானா என்று அனுமானிக்க முடியாதபடி திரும்பி அந்த பெண்ணிடம் பேசிக்கொண்டிருந்தான். நானும் அவனைக் கண்டுகொள்ளாமல் நடேசனுடன் பேசிக்கொண்டே நடந்தேன்.

பக்கத்திலிருந்த ஒயின் ஷாப்பில் அரை பாட்டில் வாங்கிக்கொண்டு கடையின் எதிரிலிருந்த திறந்தவெளி பாரில் ஒரு இருட்டு மூலையைக் கண்டுபிடித்து அமர்ந்தோம்.

திடீரென்று மதுரகவியின் பாசுரம் ஞாபகத்திற்கு வந்தது. 'கண்ணி நுண் சிறுத் தாம்பு...' எவ்வளவு அடர்த்தியான வார்த்தைகள்!

ஆனால் எனது உலகமோ, தட்டையான செறிவற்ற வார்த்தைகளைக் கொண்டதாக இருக்கிறது. மிகத் தீவிரமாய் நான் உணர்ந்த தனிமையை உனக்கு எழுதும்போது அந்த அனுபவம் நீர்த்துப் போன வார்த்தைகளின் வழியே கெக்கலித்தபடி தப்பியோடிவிடுகிறது. உணர்வுகளின் ஊற்றுக்கண்ணை நோக்கிச் செல்ல முடியவில்லை. பதிவுகள் அழுத்தமானதாக இல்லை. இருந்தாலும் எழுதிக்கொண்டு தான் இருக்கிறேன். வலிமையற்ற எனது வார்த்தைகளைக்கொண்டு எனது வலிகளை மெலிதாகச் சொல்ல விரும்புகிறேன். இதன் மூல வேர்களையும் கரு மையங்களையும் தேடிப் பிடித்து புரிந்துகொள்ள முயற்சி செய்.

என் ப்ரிய ஸ்நேகிதி... உன்னை நான் அறியேன்... என்னையும் நீ அறியாயோ அல்லவோ? இருந்தாலும் கண்ணில் விழும் சிறு துரும்பை விடவும் மெலிதான தூரம்தான் நமக்கிடையே... இதைக் கடந்து வந்து நீ உன்னை என்னிடம் சொல்... நான் என்னை உன்னிடம் சொல்கிறேன்... வா...

கணையாழி - மே, 1996

என் முதல் ஆங்கிலக் கடிதம்!

பார்பராவைச் சந்தித்தது ரொம்பவுமே எதேச்சையாக நிகழ்ந்த ஒன்று. ஒருவேளை எல்லாச் சந்திப்புகளுமே எதேச்சையானது தானோ என்னவோ! ஒரு வருடத்திற்கு முன்னால் மதுரையில் ஒரு நாடக விழா நடந்தபோது அதில் என் நண்பன் மாணிக்கம் எழுதிய நாடகம் பங்கு பெறுகிறது என்றும், அதன் இயக்கத்தில் என் உதவி தேவைப்படுகிறது என்றும் அவன் என்னை அழைத்திருந்ததால் நானும் அதில் பங்குபெற நேர்ந்தது. அந்த நாடக விழாவில்தான் நான் பார்பராவைச் சந்தித்தேன்.

பார்பரா, தமிழ் பேசத் தெரிந்த ஒரு அமெரிக்கப் பெண். வயது இருபதிலிருந்து இருபத்தைந்து இருக்கலாம். தமிழ்நாட்டுக்கு, அதுவும் இதுபோன்ற கலை விழாக்களுக்கு வரும் அமெரிக்கர்கள் என்றாலே எனக்கு ஒரு எரிச்சல் உண்டு. காரணம் - இவர்கள் ஒரு குறிப்பிட்ட குழுவுடனேயே தங்களை இணைத்துக்கொண்டு விடுவதுதான். இலக்கியம் என்றால்கூட அது சங்க இலக்கியம் - அல்லது அதிகம் போனால் பக்தி இலக்கியம் வரை வருவார்கள். அதற்கும்மேல் நவீன இலக்கியம் என்றால் - மூச்! பேசக்கூடாது.

ஆக, பார்பராவும் இப்படிப்பட்ட ஒரு அமெரிக்கப் பெண்தான் என்று நினைத்து அதிகம் பேசாமல் இருந்துவிட்டேன். அதனாலேயே நாடக விழாவின் கடைசி நாளன்று நடக்க இருந்த எங்கள் நாடகத்தை பற்றிக்கூட அவளிடம் பிரத்யேகமாக எதுவும் சொல்லவில்லை.

விழாவின் பங்குபெற்ற நாடகங்கள் எல்லாமே ஒரே 'கடி' யாக இருந்ததால் (எல்லாம் நவீன நாடகங்கள்!) பார்பரா கடைசி நாளன்று வராமல் இருந்துவிட்டாள். நாங்கள் பாலியல் விவகாரங்களையும் எங்கள் நாடகத்தில் சேர்த்திருந்ததால் ஆபாச நாடகம் என்று சொல்லி ஒரே கலாட்டாகவும், அடிதடியாகவும் போய்விட்டது. அது போதாதென்று நாடகத்தின் ஒரு பாத்திரத்தின் பெயர் மதுரையின் ஒரு முக்கியமான அரசியல் புள்ளியின் பெயராகவும் போய்விடவே அந்த புள்ளியின் ரசிகமணிகளும் அடிதடியில் இறங்கினர். அடிதடி முடிந்தபிறகு 'இதையெல்லாம் முன்கூட்டியே யோசித்திருக்க வேண்டாமா மடையா?'

தேர்வும் தொகுப்பும்: ந.முருகேசபாண்டியன்

என்று மாணிக்கமும் நானும் ஒருவரையொருவர் திட்டிக்கொண்டது வேறு விஷயம்.

இந்தச் சம்பவத்திற்குப் பிறகு மாணிக்கத்திடமிருந்து ஒரு கடிதம் வந்தது. மேலும் ஒரு நாடகம் எழுதியிருக்கிறானோ என்று பயந்துகொண்டே கடிதத்தைப் பிரித்தால் அதில் அவன் பார்பராவைப் பற்றி எழுதியிருந்தான். அவள் தன்னை வந்து சந்தித்ததாகவும், நடந்த அடிதடிகளைப் பற்றி மிகுந்த அக்கறையோடு விசாரித்ததாகவும் எழுதியிருந்தான். அப்போதும் பார்பராவிடம் எனக்கு அதிக ஈடுபாடு ஒன்றும் ஏற்படவில்லை. பிறகு சில மாதங்கள் கழித்து வந்த கடிதத்தில் பார்பராவை அடிக்கடி சந்தித்துக் கொண்டிருப்பதாக எழுதியிருந்தான்.

இந்த நிலையில், ஒரு மாதத்திற்குமுன்பு சென்னைக்கு வந்த மாணிக்கம் 'பார்பராவைப் பார்க்கப் போகலாம் வா' என்று அழைத்தான். அவனுடன் வந்திருந்த நண்பர்களையும் சேர்த்து - என் மகள் ரேஷ்மா உட்பட மொத்தம் ஒன்பதுபேர் பார்பராவின் வீட்டுக்குச் சென்றோம்.

பார்பரா சிகாகோ பல்கலைக்கழகத்திலிருந்து தமிழ்நாட்டின் செக்ஸ் தொழிலாளிகளைப் பற்றி ஆய்வுசெய்ய இங்கு வந்ததாகவும், இரண்டு வருடம் மதுரையிலும் இப்போது ஒரு வருடம் சென்னையிலும் ஆய்வு முடித்துவிட்டதாகவும் இன்னும் ஒரு மாதத்தில் யு.எஸ். திரும்ப இருப்பதாகவும் ('யு.எஸ்.' என்பதை 'யுவெஸ்' என்று சொன்னாள் பார்பரா) தெரிந்தது.

தமிழ் நன்றாகவே பேசினாள் பார்பரா. ஆனாலும், அந்தச் சந்திப்பில் அவளுடன் அதிகம் பேசமுடியவில்லை. ஏனென்றால் மொத்தம் பத்து பேருக்கான சமையலில் ஈடுபட்டிருந்தாள் பார்பரா. சாம்பாரும், தொட்டுக்கொள்ள கோவைக்காய் கறியும். நாங்கள் வரும்போதே கோவைக்காய் வாங்கி வந்திருந்தோம்.

இரவு பார்பராவின் வீட்டிலேயே தங்கிவிட்டு மறுநாள் காலை கிளம்ப ஆயத்தமானோம்.

"இருங்கள். சாப்பிட்டுவிட்டுப் போங்கள். நேற்று இரவுகூட நீங்கள் யாரும் சரியாகச் சாப்பிடவில்லை" என்று சொன்னாள் பார்பரா. சொல்லிவிட்டு மூன்று பெரிய தூக்குகளை எடுத்துக்கொண்டு மாணிக்கத்துடன் ஸ்கூட்டரில் கிளம்பினாள்.

திரும்பிவந்தபோது கிட்டத்தட்ட நாற்பதுபேர் திருப்தியாக சாப்பிடும் அளவுக்கு இட்லி, பொங்கல், வடை, சாம்பார், சட்னி என்று வந்திறங்கியது.

எக்கச்சக்கமாக மீதியாகிப் போகவே எல்லாவற்றையும் மறுபடியும் ஸ்கூட்டரில் ஏற்றிக்கொண்டு கிளம்பினாள் பார்பரா. "எங்கே?" என்று கேட்டேன். "ஏதாவது ஒரு அனாதை இல்லத்துக்குப் போய் கொடுக்கப் போகிறேன்" என்றாள். கிளம்பும்போது "மீண்டும் வாருங்கள், சாவகாசமாகப் பேசலாம்" என்றாள்.

ஒரு வாரம் கழித்து போன் செய்தேன். வெகுநாள் பழகிய தொனியில் பேசினாள். அன்றைக்கு மறுபடியும் சந்தித்தேன். கூடவே ரேஷ்மாவையும் அழைத்துப் போயிருந்தேன். அன்று இரவு முழுக்கவும் பேசிக் கொண்டிருந்தோம். "எப்போதோ நாம் சந்தித்திருக்கலாம்" என்றாள். கிட்டத்தட்ட ஒரு வருடமாக சென்னையில்தான் இருப்பதாகவும் மாதம் இரண்டுமுறை மதுரை போய் வந்துகொண்டிருப்பதாகவும் சொன்னாள்.

பிறகு இரண்டு நாட்களுக்கு ஒருமுறை சந்தித்தோம். நூற்றுக்கணக்கான கேள்விகள் கேட்டாள் பார்பரா. இங்கு உங்கள் நாட்டில் ஓரல் செக்ஸ் என்பதெல்லாம் ரொம்பவும் அசாதாரணமான விஷயமா என்ன? நான் சந்தித்த 'செக்ஸ் தொழிலாளி'களெல்லாம் அவர்களிடம் வரும் பெரும்பாலானவர்கள் ஓரல் வச்சுக்கத்தான் வருவதாகச் சொல்கிறார்களே?

இப்படி எத்தனை எத்தனையோ கேள்விகள். விவாதங்கள். ஊருக்குக் கிளம்பும் நாள் நெருங்க நெருங்க சிநேகிதமும் தீவிரமானது.

நான் என்னுடைய நாவலையும், என் நண்பன் ரமேஷின் நாவலையும் அவளிடம் காண்பித்தேன். அதன் அட்டைகளைப் பார்த்த மாத்திரத்திலேயே குதிக்க ஆரம்பித்துவிட்டாள் பார்பரா.

"உங்கள் நாவலைப் படிக்கச்சொல்லி ஒரு நண்பர் அடிக்கடி என்னிடம் குறிப்பிடுவார்" என்றார்.

"யார் மாணிக்கமா?" என்று கேட்டேன்.

"இல்லை. குமார் என்று வேறு ஒரு நண்பர்."

"குமாரும் எனக்குத் தெரிந்தவன்தான். ஆக, என் நாவலைப் பற்றிக்கூட, உனக்கு (இதற்குள் நாங்கள் ஒருமையில் பேசும் அளவுக்கு நெருங்கி யிருந்தோம்) மாணிக்கம் சொல்லவில்லையா? நான் மட்டும் உன்னை ஒரு வருடத்திற்கு முன்னால் சந்தித்திருந்தால் உன் கால், கைகளைக் கட்டி பாண்டிச்சேரிக்கு தூக்கிக் கொண்டு போயிருப்பேன்."

"இரண்டு விஷயங்கள் புரியவில்லை. ஒன்று - எதற்கு கால், கைகளைக் கட்ட வேண்டும்? இரண்டாவது - பாண்டிச்சேரியில் என்ன விசேஷம்?"

"பாண்டிச்சேரியில்தான் என் நெருங்கிய நண்பன் ரமேஷ் இருக்கிறான். அங்கே கூப்பிட்டால் நீ அப்புறம் பார்க்கலாம் என்று ஏதாவது சாக்குபோக்கு சொல்வாய். அதனால்தான்..."

"நீ என்னைப் புரிந்துகொண்டது அவ்வளவுதானா? நான் அமெரிக்காவில் இருந்தாலும் நானும் உன்னைப்போல் ஒரு அனாதைதான். அங்கே ஜனாதிபதியிலிருந்து அடிமட்டக் குடிமகன் வரை எதிர் கலாச்சாரம் பேசுவதால் என்னைப் போன்ற ஆட்கள் மிகவும் தனிமைப்பட்டுக் கிடக்கிறோம்."

"இங்கே எங்கள் நாட்டிலும்கூட எதிர்க் கலாச்சாரம் என்பது அந்த நிலையில்தான் இருக்கிறது. சமீபத்தில் என் நண்பர்கள் நடத்திய ஒரு

ஜாதி ஒழிப்புக் கருத்தரங்கில் மாட்டுக்கறி சாப்பிட்டு அதை தங்களின் எதிர்க் கலாச்சார நடவடிக்கையாக அறிவிப்பு செய்தார்கள்"

இதைச் சொன்னதும் பார்பரா விழுந்து விழுந்து சிரிக்க ஆரம்பித்தாள். பிறகு சற்றுநேரம் கழித்து, சற்று சீரியசான குரலில் "மாட்டுக்கறிக்கும் எதிர் கலாச்சாரத்துக்கும் என்ன சம்பந்தம் இருக்கிறது? ஏன், நாய்கறியோ, பூனைக் கறியோ சாப்பிட வேண்டியதுதானே? உங்கள் நாட்டில் ஒரு நாடோடி இனத்தைச் சேர்ந்தவர்கள் பூனையையும், காகத்தையும் சாப்பிடுவதாக படித்திருக்கிறேன். யார் அவர்கள்? பெயர் மறந்துவிட்டது" என்று கேட்டு நிறுத்தினாள்.

"குறவர்கள்."

"யெஸ் குறவா. நாய்க்கறி என்றதும் எனக்கு ஒன்று ஞாபகம் வருகிறது. நீங்கள் அரிசி சாப்பிடுவதைப் போல் நாங்கள் மாட்டுக்கறி சாப்பிடுகிறோம். நாங்கள் மாட்டுக்கறி சாப்பிடுவதைப் போல் வியட்நாமியர்கள் நாய்க்கறி சாப்பிடுகிறார்கள். ஒருமுறை, நான் வியட்நாம் சென்றிருந்தபோது அங்கே என் வியட்நாமியத் தோழி ஒருத்தி என்னை அவள் வீட்டுக்கு விருந்துக்கு அழைத்திருந்தாள். போனதும் 'உனக்கு இன்று ஒரு ஸ்பெஷல் ஐட்டம் ஒன்று தயார் பண்ணப் போகிறேன்' என்றாள். 'என்ன அது?' என்று ஆர்வத்துடன் கேட்ட என்னை கிச்சனுக்குள் அழைத்துச் சென்று ப்ரிஜ்ஜைத் திறந்து காட்டினாள். அவ்வளவுதான். பேயைக் கண்டதுபோல் அலறிவிட்டேன். ஆமாம். பேயேதான். ப்ரிஜ்ஜுக்குள் பேயின் தலை. தோலெல்லாம் உரிக்கப்பட்டு பயங்கரமாக கண்களை விழித்துக் கொண்டு ஒரு நாயின் தலை! அவர்கள் நாட்டில் நாய்த்தலைதான் ஸ்பெஷலாம்! நீ என்னவென்றால் மாட்டுக்கறி சாப்பிடுவதை எதிர்க் கலாச்சாரம் என்கிறாய்!"

எனக்கும் அவள் சொன்னது நியாமாகவே தோன்றியது. ஏனென்றால் எந்த கருத்தரங்கில் நானும், ரமேஷும் சாப்பாட்டில் கடைசிப் பந்தியாகிவிட்டோம். சாப்பிடுவதற்கு முன்னால் கொஞ்சம் பீர் சாப்பிட்டுவிட்டு வரலாம் என்று நினைத்ததால் வந்த வினை. கடைசிப் பந்தி என்பதால் குழம்பில் ஒரு துண்டுகூட கிடைக்கவில்லை. ஆனால், சாப்பிட்டு முடித்து இலையை எடுத்துக்கொண்டு குப்பைத் தொட்டிப் பக்கம் போனபோதுதான் நண்பர்கள் எவ்வளவு தீவிரமான எதிர்க்கலாச்சாரவாதிகள் என்பது தெரிந்தது. ஏனென்றால் குப்பைத் தொட்டியைச் சுற்றிலும் ஒரே கறி. ஆறு கிலோ கறி எடுத்து அதில் நான்கு கிலோவை குப்பைத் தொட்டியில் வீசி எறிந்திருக்கிறார்கள். 'என்ன அநியாயம் இது?' என்றேன் ரமேஷிடம். "இதெல்லாம் பழக்கமில்லாமல் ஒரே நாளில் வந்துவிடுமா? போகப் போகத்தானே பழகும்" என்றான் ரமேஷ். "அடப் போடா, இவர்கள் பழகுவதற்குள் நம் நாட்டிலுள்ள அத்தனை மாடுகளும் காலியாகிவிடும் போலிருக்கிறதே!" என்றேன்.

இதைப் பார்பராவிடமும் சொன்னேன். சிறிதுநேரம் யோசித்துவிட்டு "உங்கள் நாட்டில் மாட்டுக்கறி சாப்பிடுவதைவிட, வெஜிடேரியனாக

இருப்பதுதான் எதிர்க்கலாச்சாரமாக இருக்க முடியும் என்று தோன்றுகிறது. ஏனென்றால் சமீபத்தில் ரியோவில் நடந்த மாநாட்டில் இந்தியாவில் மாடுகள் ஒழிக்கப்பட வேண்டும் என்றும், மாட்டுச்சாணம்தான் ஓசோன் படலத்தில் ஓட்டை விழுவதற்கு முக்கியக் காரணம் என்றும் பணக்கார நாடுகள் சொல்லியிருக்கின்றன. முக்கியமாக, யு.எஸ். அவர்கள் இப்படிச் சொல்வதற்குக் காரணம், அவர்களுக்குத் தோல் வேண்டும் என்பதுதான். ஒரு மாட்டின் மொத்த கறிக்குமான விலையைவிட பலநூறு மடங்கு அதிகமான விலையில் அவர்கள் அந்தத் தோலை ஏற்றுமதி செய்கிறார்கள். தோலை எடுத்துக்கொண்டு ஒன்றுக்கும் உதவாத கறியை உங்களிடம் தருகிறார்கள் அவர்கள். நீங்கள் என்னவென்றால் அவர்கள் தூக்கிப் போடும் கறியைத் தின்றுவிட்டு எதிர்க்கலாச்சாரம் என்கிறீர்களே. வேடிக்கைதான்" என்றாள்.

பார்பரா சொல்வது சரிதான். மாட்டுக்கறி நடுத்தர வர்க்கத்து உணவில் சேர்ந்துவிட்டது. மைலாப்பூர், அண்ணாநகர், திருவல்லிக்கேணி என்று எல்லா இடங்களிலும் தெருவுக்குத் தெரு தள்ளுவண்டிகளில் இரவு எட்டு மணியிலிருந்து நைட்ஷோ விடுகிற வரை சூடான இட்லியுடன் மாட்டுக்கறி வறுவலும் சேர்ந்து, ஐந்து வருடம் ஆகிறது.

நான் வேலூரில் வேலை பார்த்தபோது அங்கே தள்ளுவண்டியில் 'பீப் பிரியாணி' என்ற போர்டைப் பார்த்து பல நாட்கள் அர்த்தமே புரியாமல் மிரண்டிருக்கிறேன். யாரிடமும் கேட்கவும் துணிவில்லாமல் தலைமுடியை பிய்த்துக்கொண்டு குழம்பியிருக்கிறேன். பிறகு சென்னைக்கு வந்து இங்குள்ள தள்ளுவண்டிகளில் 'பீஃப் பிரியாணி' என்று போட்டிருப்பதைப் பார்த்த பிறகுதான் விஷயம் விளங்கியது. ஆயுத கலாச்சாரத்தை பார்த்து பயந்தோ என்னமோ வேலூரில் ஆயுதத்தை எடுத்துவிட்டார்கள்போலும்! இப்படி, தமிழகத்தின் மூலைமுடுக்குகளிலெல்லாம் ஆயுதத்தோடும், ஆயுதமில்லாமலும் மாட்டுக்கறி உணவு கொடிகட்டிப் பறக்கிறது. பாண்டிச்சேரி கடற்கரையில் காந்தி சிலையை ஒட்டியுள்ள மூன்று தள்ளுவண்டிகளில் ஒவ்வொரு வண்டியிலும் தினந்தோறும் ரூ.3000க்கு குறையாமல் வியாபாரம் நடக்கிறது. ஒரு பிளேட் மாட்டுக்கறி வறுவல் ரூ.7. நான்கு அல்லது ஐந்து ஆண்டுகள் இருக்கும். ஒரு ஆள் நிச்சயமாக நான்கு பிளேட்டுகள் சாப்பிடலாம்.

எல்லாவற்றையும் பார்பராவிடம் விளக்கமாகச் சொன்னேன். "மாடு என்பது உங்களுக்கு ஒரு அசூயை தரக்கூடிய பிராணியாக இல்லாமல் இருப்பதால்தான் அதை சுலபத்தில் ஏற்றுக்கொண்டுவிட்டீர்கள் என்று நினைக்கிறேன். ஆனால், அதேசமயத்தில் உங்களால் எந்தக் காலத்திலும், பன்றிக்கறியை ஏற்றுக்கொள்ள முடியாது" என்று சொன்னாள்.

"ஆமாம். நீ சொல்வது சரியாக இருக்கலாம். ஒரு அராபியருக்கு பெட்ரோல் கிணறு எப்படியோ அப்படித்தான் எங்களுக்கும் ஒரு காலத்தில் பசுவும், முருங்கையும் இருந்தது. முருங்கை அழிந்துபோன

நிலையில் ஒரு சினிமா நடிகர் வந்துதான் அதை காப்பாற்றினார். இப்போது மாட்டை எப்படி, யார் காப்பாற்றப் போகிறார்கள் என்று தெரியவில்லை."

"ஓ.கே. நாம் டீ சாப்பிடலாம்" என்று சொல்லிவிட்டு, இரண்டு பேருக்கும் டீ போட்டுக் கொண்டு வந்தாள்.

ஒரு கனத்த அமைதிக்குப் பிறகு, "நாம் எப்போதோ சந்தித்திருக்க வேண்டும். இந்த ஒரு வருடமும் நான் பேசுவதற்குக்கூட ஆள் இல்லாமல் தவித்துக் கிடந்தேன்" என்றாள்.

"ஏன்? உனக்கு இங்கே நண்பர்கள் யாரும் கிடையாதா?"

"நான் யாரிடம் பேசுவது? இது ஒரு செக்ஸ் வறட்சிபிடித்த சமூகமாக இருக்கிறது. என் கைகளைக் கூட வெளியே காட்ட முடியவில்லை. நீ கோபித்துக் கொள்ளாதே சாரு. இங்கே இருக்கும் ஒரு ஆணுக்குக் கூட, என் கண்களைப் பார்த்து பேசத் தெரியவில்லை. எல்லாருமே என் மார்பை பார்த்துத்தான் பேசுகிறார்கள். சீக்கிரமாக இங்கிருந்து போய்விட வேண்டும் என்ற வேகத்தில் இருந்தபோதுதான், உன்னைச் சந்திக்க நேர்ந்தது. இப்போது ஏன் போகிறோம் என்று இருக்கிறது. ஆனால், எல்லாமே முடிந்துவிட்டது. இனிமேல் தள்ளிப் போட முடியாது."

இறுக்கமாக என் கைகளைப் பற்றியிருந்த அவளுடைய கைகள் நடுங்கிக்கொண்டிருந்ததை என்னால் உணர முடிந்தது. ஒரு வருடமாக அவளைப் பற்றி 'பிலிம்' காண்பித்துக்கொண்டிருந்த மாணிக்கத்தை மனதார திட்டினேன்.

"இருந்துவிடு பார்பெல்... எல்லாவற்றையும் கேன்சல் செய்துவிட்டு இருந்துவிடு" என்றேன்.

"என்னை இதுவரை யாருமே பார்பெல் என்று கூப்பிட்டதில்லை" என்று புன்முறுவலுடன் சொல்லிவிட்டுத் தொடர்ந்தாள். "முடியாது சாரு... இந்த 'பிஎச்.டி'யை முடித்தால்தான் ஓரளவுக்குப் பிழைக்க முடியும். காலம் கடந்துவிட்டது. உன்னை ஒரு வருடத்திற்கு முன்பு சந்தித்திருந்தால் சரியாகத் திட்டமிட்டிருக்கமுடியும். சரி, ஒன்று சொல்கிறேன் கேட்பாயா? ஏதோ பெரிதாக சிநேகிதி, சிநேகிதி என்று காதில் பூ சுற்றுகிறாயே..." என்று சொல்லிக் கொண்டிருந்தவளை இடைமறித்து "காதில் பூ சுற்றுவதெல்லாம்கூட உனக்குத் தெரியுமா?" என்று கேட்டேன்.

"அதற்கெல்லாம் நான் என் புரொபசருக்குத்தான் நன்றி சொல்ல வேண்டும்" என்றாள்.

(புரொபசர் என்று அவள் சொன்னது சமீபத்தில் காலமான ஏ.கே. ராமானுஜத்தைதான். பார்பரா, ஏ.கே.ராமானுஜத்திடம் தமிழ் படித்தவள்.)

"சரி, நான் சொல்ல வந்ததைச் சொல்லிவிடுகிறேன். ரேஷ்மாவை என்னுடன் அழைத்துப் போகிறேன். என்ன சொல்கிறாய்?"

ரேஷ்மா, பார்பராவுடன் போனால் பிரமாதமாக இருப்பாள்தான். ஆனால், ரேஷ்மாவை இந்த நான்கு வயதில் முழுக்கமுழுக்க பிரிவது என்பதை என்னால் கற்பனை செய்தே பார்க்க முடியவில்லை.

“நோ பார்பெல்... சாத்தியமேயில்லை” என்றேன். பிறகு நீண்டநேரம் மௌனம். புல் தரையில் கைகளை தலைக்கு வைத்தபடி மௌனமாகப் படுத்திருக்க பார்பரா திடீரென்று என்னைப் பார்த்து சிரித்தாள்.

“ஏன் சிரிக்கிறாய்?”

“எனக்குத் தெரியும். நீ இப்படித்தான் சொல்வாய் என்று”

“என்ன பார்பெல் இது? உன்னைப் பிரிவதே எனக்கு தாங்கமுடியாத வலியாகவும், சித்ரவதையாகவும் இருக்கிறது. ரேஷ்மாவும் போய் விட்டால்... நான் அனாதையாகிவிடுவேன் பார்பெல்”

“ஓக்ஹாய்... ஃபர்கெட் இட்”

அவளுடைய ஓக்ஹாயை ரசித்தேன். அமெரிக்க ஓகே. பிறகு மீண்டும் அவள் ஆரம்பித்த இடத்திற்கே வந்தேன். இங்கு நம்முடைய காதல் தேவதையாக இருக்கும் ஒரு சினிமா நடிகையைப் பற்றிச் சொல்லி “அவளைப் போலவே நீயும் இருப்பதால்தான் உன்னை அப்படிப் பார்க்கிறார்கள் இங்கே. மற்றபடி, இது செக்ஸ் வறட்சி கொண்ட ஒரு நாடு என்பதை நான் ஒத்துக்கொள்கிறேன். ஆனால், இதிலும் ஒரு பிரச்சினை இருக்கிறது. அமெரிக்காவில் செக்ஸைப் பொருத்தவரை ஓரளவுக்கு எந்தத் தடையும் கிடையாது. ஆனால், அப்படிப்பட்ட ஒரு வெளிப்படையான சமூகத்திலும் கூட ‘போர்னோ’ என்பது மிகப்பெரிய வியாபாரமாகத்தானே இருந்து வருகிறது?” என்றேன்.

“இதற்கு என்னால் உடனடியாக பதில் சொல்ல முடியவில்லை. யோசித்து எழுதுகிறேன்” என்றாள்.

எனக்கு அப்போது ஒரு பயம் பிடித்துக்கொண்டது. நான் பார்பராவுக்கு கடிதம் எழுதவேண்டுமானால் ஆங்கிலத்தில்தான் எழுதவேண்டும். அவளுக்குப் பேச்சுத் தமிழ் நன்றாகவே தெரிந்திருந்தாலும் எழுதவும், படிக்கவும் சரளமாக வராது. எனக்கோ, அலுவலகத்தில் ‘காஷூவல் லீவ்’ விண்ணப்பத்தைத் தவிர வேறு எதுவுமே ஆங்கிலத்தில் எழுதிப் பழக்கமில்லை. அவளிடம் இதையும் சொன்னேன்.

“அதெல்லாம் எனக்குத் தெரியாது. நீ எழுதுகிறாய்” என்றாள்.

தொடர்ந்து “ஒவ்வொரு நாளும் ஊருக்கு கிளம்புவேனா என்றே சந்தேகமாகிக்கொண்டு வருகிறது” என்று சொல்லி சற்றுநேரம் யோசித்துக் கொண்டிருந்தவள், “நோ... போய்த்தான் ஆகவேண்டும்” என்றாள்.

சொல்லிவிட்டு, அப்படியே திரும்பி தலையை கவிழ்த்துக்கொண்டு படுத்தாள். எதுவும் பேசமுடியவில்லை. குலுங்கி அழுவது தெரிந்தது. “நோ பார்பெல்... நோ” என்று சொல்லியபடி அவளுடைய முதுகில் சாய்ந்தேன்.

நீண்டநேரம் கழித்து சன்னமான குரலில், "ஒரு கால் நூற்றாண்டு காலம் மிகத் தீவிரமாக பழகிப் பிறகு எவ்வித தொடர்பும் இல்லாமல் ஒரு பத்தாண்டுகளுக்குப் பிறகு அந்த நபரை ரயில்வே பிளாட்பார்மில் ஓடிக்கொண்டிருக்கும் ஒரு ரயிலிலிருந்து பார்த்து கைகளை அசைத்தால் எப்படி இருக்குமோ அப்படி இருக்கிறது. இது ஒரு சித்ரவதை சாரு. இதை என்னால் தாங்க முடியவில்லை..." என்றாள்.

பார்பரா ஊருக்குக் கிளம்ப இன்னும் ஒரு வாரம்தான் இருந்தது. அன்று ஒரு விடுமுறை தினம். காலை பத்து மணி அளவில் போன் செய்தேன். "வருகிறாயா? உடனே வா. உடனே உன்னைப் பார்க்க வேண்டும். எப்போது வருகிறாய்? நான் இரண்டு மணிக்குக் கிளம்பவேண்டும்" என்றாள்.

"வருகிறேன். பனிரண்டு மணி அளவில் சந்திக்கிறேன்" என்றேன்.

"பிரேக்ஃபாஸ்ட் முடித்தாயிற்றா?" என்று கேட்டாள். நான் காலையில் அருகம்புல் சாறு மட்டுமே குடித்திருந்தேன். 'கபகப'வென்ற பசி. இருந்தாலும் "ஆயிற்று" என்றேன்.

'சாப்பிட்டாயா?' என்று என்னை, ரமேஷைத் தவிர வேறு யாரும் கேட்டு எவ்வளவு ஆண்டுகளாயிற்று என்று நினைத்துக் கொண்டேன். நினைக்க நினைக்க நெஞ்சம் படபடவென்று அடித்துக்கொண்டது. இது என்ன நாற்பது வயதில் - அதிலும் ஒரு வாரத்தில் ஒரு யு.எஸ். போய் விடப்போகிற ஒரு பெண்ணிடம் இத்தனை ஈடுபாடு என்று தோன்றியது.

அண்ணா நகரிலிருந்து பார்பரா இருக்கும் பெசன்ட் நகருக்கு கிட்டத்தட்ட இரண்டு மணிநேரப் பயணம். அடையாறு டெப்போவில் இறங்கி எதிரே இருந்த ஐயங்கார் பேக்கரியில் பை நிறைய நொறுக்குத்தீனி வாங்கிக் கொண்டு, ஆட்டோ பிடித்து, பார்பராவின் வீட்டை அடைந்தபோது மணி 12:15.

நான் அண்ணா நகரிலிருந்து, பெசன்ட் நகர் வரும் பயணத்தைப் பற்றி விளக்கினேன். அப்படியே தலையில் கை வைத்துக்கொண்டு உட்கார்ந்துவிட்டாள்.

"மை காட்! என் சாருவை ஒவ்வொருமுறையும் இவ்வளவு தூரம் சிரமப்படுத்திக்கொண்டிருக்கிறேனா?" என்று திரும்பத் திரும்பக் கேட்டாள்.

"இரண்டு மணிக்கு நான் அந்த 'செக்ஸ் தொழிலாளர்களை' சந்திக்க வேண்டும். நாம் இப்போது இரண்டு மணி நேரம்தான் பேசமுடியும். இரண்டு மணி நேரம் பேச நான்கு மணி நேரப் பயணமா!" என்று வருத்தத்துடன் சொன்னாள்.

"சரி, அப்படியானால் நாளை மாலை வருகிறேன். இரவு முழுவதும் பேசலாம். ரேஷ்மாவையும் அழைத்து வருகிறேன்" என்றேன்.

அப்படியே சந்திப்பது என்று முடிவாயிற்று.

மறுநாள் மாலை வந்தபோது வீட்டுக்கு வெளியிலிருந்த புல் தரையில் ஏதோ ஒரு புத்தகத்தைப் படித்தபடி அமர்ந்திருந்தாள் பார்பரா. நானும் பக்கத்தில் அமர்ந்தேன். ரேஷ்மாவிடம் கொஞ்சிவிட்டு என்னைப் பார்த்து "இன்னும் ஐந்து நாட்கள்" என்றாள்.

"வேறு ஏதாவது பேசேன் பார்பெல்."

திடீரென்று அவளும், ரேஷ்மாவைப் போல் ஒரு குழந்தையாகத் தோன்றினாள்.

நானே போய் மூன்று பேருக்கும் டீ போட்டுக்கொண்டு வந்தேன். டீயை குடித்துவிட்டு ரேஷ்மா 'டிவி' பார்க்க உள்ளே போய்விட்டாள்.

திடீரென்று மணியைப் பார்த்தேன். எட்டு ஆகியிருந்தது. "ஓ.கே. பார்பெல்... ரேஷ்மாவுக்குப் பசிக்கும். மூன்று பேரும் எங்காவது ரெஸ்டாரண்டுக்குப் போய் வருவோம்" என்றேன். பார்பரா பேசவில்லை. நானும் அவள் பேசட்டும் என்று எதிர்பார்த்து அமர்ந்திருந்தேன். திடீரென்று வெறிபிடித்தாற்போல் என் தோள்களை உலுக்கி "ஒய் டிட்யூ மீட் மீ? ப்ளீஸ் கோ அவே. ப்ளீஸ்... இன்று இரவு இங்கே தங்காதே" என்று சொல்லிவிட்டு நான் சற்றும் எதிர்பாராதவிதமாக என் கண்களில் முத்தமிட்டு விட்டு முழந்தாளிட்டு தலை கவிழப் படுத்துக்கொண்டாள்.

நான் அவள் பக்கத்தில் போய், "இதோ பார் பார்பெல். இன்றிரவு நான் தங்குவதுதான் பிரச்னை என்றால் நீயும் ரேஷ்மாவும் மாடிக்குப் போய்த் தூங்குங்கள். நாம் பேச வேண்டாம். கீழே நான் படுத்துக் கொள்கிறேன். மற்றதை காலையில் பார்த்துக் கொள்ளலாம்" என்றேன்.

ஆனால், அவள் மறுபடியும் "புரிந்துகொள்ள முயற்சி செய் சாரு... தயவுசெய்து இன்று இரவு இங்கே தங்காதே... ப்ளீஸ்" என்றாள். அவள் உடம்பு முழுவதும் குலுங்கிக்கொண்டிருந்தது.

நான் ஒன்றுமே சொல்லாமல் அவள் தோளைத் தொட முயன்றபோது பின்பக்கம் திரும்பாமலேயே "டோன்ட் சாரு. ப்ளீஸ் டோன்ட். ஐ பெக் யூ..." என்றாள்.

சட்டென்று எழுந்து உள்ளே போய் ரேஷ்மாவை கூப்பிட்டேன். கிளம்புகிறோம் என்று அறிந்ததும் பெருங்குரலெடுத்து அழ ஆரம்பித்தாள் ரேஷ்மா. ஷூவையும் போடமாட்டேன் என்று அடம்பிடித்தாள். ஷூவை எடுத்து பையில் போட்டுவிட்டு அவளைத் தூக்கிக்கொண்டு கிளம்பினேன்.

அதற்குப்பிறகு இரண்டு நாட்கள் பார்பராவைப் பார்க்கவில்லை. போனிலும் தொடர்பு கொள்ளவில்லை. ஆனால், மூன்றாம் நாளும் என்னால் அப்படி இருக்க முடியவில்லை. மண்டையே வெடித்து விடுகிறாற்போல் ஒரு உணர்வு. உள் ஜுரம். அவள் ஊருக்குக் கிளம்ப இன்னும் இரண்டே நாட்கள்தான் இருந்தன.

போனில் தொடர்புகொண்டேன். நான்தான் என்று தெரிந்ததுமே "இன்று மட்டும் நீ போன் செய்யாமல் இருந்திருந்தால் நானே

நேராகக் கிளம்பி வந்து உன்னை குத்திக் கொலை செய்திருப்பேன். உடனே கிளம்பி வா" என்றாள்.

போனேன். மிகவும் சோர்வாக படுக்கையில் சாய்ந்திருந்தாள். பதற்றத்துடன் "என்ன ஆயிற்று?" என்று கேட்டு கையை அவள் நெற்றியருகே கொண்டுபோனவன், சட்டென்று ஞாபகம் வந்தவனாய் கையை இழுத்துக் கொண்டேன்.

"டோன்ட் பி சில்லி மேன்..." என்று சொல்லி, என் கையைப் பிடித்து தன் நெற்றியிலும், கழுத்திலும் வைத்தாள். "இரண்டு நாளாய் கடுமையான ஜுரம். அது இருக்கட்டும். நீ ஆபிசில்தான் வேலை செய்கிறாயா? அல்லது ஏதாவது அன்டர்கிரவுன்ட் வேலையில் ஈடுபட்டிருக்கிறாயா? ஜுரத்தில் படுக்கையை விட்டுக்கூட எழுந்துகொள்ள முடியாமல் உனக்கு போன் செய்து செய்து கையே முறிந்துவிட்டது. மீனாட்சி மட்டும் இருந்திருக்காவிட்டால் என்ன ஆகியிருப்பேன் என்றே தெரியவில்லை" என்றாள்.

"அமெரிக்கப் பெண்ணான உனக்கு இங்குள்ள அரசாங்க அலுவலகம் பற்றிச் சொன்னால் புரியாது. அதைப் புரியவைக்கவும் இப்போது நேரமில்லை. உன் உடல்நிலை இப்போது எப்படி இருக்கிறது? முதலில் அதைச் சொல்."

"இப்போது சரியாகிவிட்டது. அது சரி.. அன்றைக்கு எப்படிப் போனாய்? நீ போனபிறகுதான் உனக்கு அந்த நேரத்தில் பஸ் கிடைத்ததோ, இல்லையோ என்ற ஞாபகமே வந்தது. ஐயாம் ரியலி சாரி சாரு. நீ என்னை மன்னிக்கத்தான் வேண்டும். அன்றைக்கு நான் என் வசத்திலேயே இல்லை. உன்மத்தம் பிடித்த நிலையில்தான் இருந்தேன். நீ மட்டும் அதற்குமேல் ஒரு நிமிடம் தாமதித்திருந்தாலும் நான் யு.வெஸ் போவது நடக்காமல் போயிருக்கும். அதற்காக நான் உனக்கு நிச்சயம் நன்றி சொல்லவேண்டும். ஆனாலும், நீ ஒரு கல்நெஞ்சக்காரன்தான். ஊருக்குப் போக இன்னும் ஒரு சில நாட்களே இருக்கிற இந்தநிலையில் இரண்டு நாட்களாக போன் செய்யாமல் இருந்துவிட்டாயே?" என்றாள்.

பின் குறிப்பு: இப்போது பார்பரா ஒரு கனவு. அவளுடன் பழகிய அந்த ஒரு மாத காலம் ஒரு கனவு. அந்த பெசன்ட் நகர் வீட்டின் புல்தரை ஒரு கனவு. 'சாப்பிட்டாயா?' என்று என்னை அவள் ஆதூரத்துடன் கேட்டது ஒரு கனவு. என் கைகளைப் பற்றிக் கொண்டிருந்தபோது அவள் கைகள் நடுங்கிக்கொண்டிருந்தது ஒரு கனவு. 'என்னைத் தொடாதே; போய் விடு' என்று சொல்லி குலுங்கிக்குலுங்கி அழுதது ஒரு கனவு. கனவையெல்லாம் நினைவாக்கி இப்போது பார்பராவுக்கு கடிதம் எழுதிக் கொண்டிருக்கிறேன்.

என் முதல் ஆங்கிலக் கடிதம்.

தினமலர்-கதைமலர் செப்டம்பர், 1993

பிளாக் நம்பர்: 27 திரிலோக்புரி

தில்லியில் இதுவரை ஏழு வீடுகள் மாற்றி இப்போது இந்த மயூர் விஹார் வீடு எட்டாவது. ஒவ்வொரு வீட்டிலும் ஒவ்வொரு பிரச்சினை. வீடு என்றால் எதுவும் தனி வீடு அல்ல. ஒண்டுக்குடித்தனம்தான். அநேகமாக எல்லா வீடுகளிலும் வீட்டுச் சொந்தக்காரர்களுடன்தான் குடியிருக்க நேர்ந்தது. ஒரு வீட்டில் வீட்டுக்காரர் தீவிர ராமபக்தர். குளிர்காலத்தில் அதிகாலை நான்கு மணிக்கே எழுந்து ராமபஜனை. குளிர்காலமாக இருப்பதால் கண்ணாடி ஜன்னல்களெல்லாம் மூடியிருக்கும். வீட்டுக்காரர் தொண்டையைக் கிழித்துக்கொண்டு கத்தும் 'ஓம் ஜெய ஜெகதீச ஹரி! ஸ்வாமி ஜெய ஜெகதீச ஹரி!' என்ற சத்தம் வெளியே போக வழியின்றி, வீட்டின் சுவர்களிலும் கண்ணாடி ஜன்னல்களிலும் மோதிமோதி எதிரொலிக்கும். அது போதாதென்று ஜால்ரா சத்தமும் சேர்ந்துகொள்ளும். வீட்டுக்காரரின் மனைவி டோலக்கை திரும்பப் பாடுவாள். நடுக்கும் குளிரில் எழுந்து உட்கார்ந்துகொண்டு ரஜாயை விட்டு வெளியே வர மனசில்லாமல் பஜனை சத்தத்தில் செவிப்பறைகள் கிழிய கண்கள் திகுதிகுவென்று எரிய என்ன செய்வதென்று புரியாமல் உட்கார்ந்திருக்கிறோம். மற்றொரு வீட்டில் கக்கூஸ் பிரச்சினை. அந்த வீட்டில் வீட்டுக்காரரும், அவர் மனைவியும் கக்கூஸ் போய்விட்டு கைகளை நன்றாக சோப்புப் போட்டு கழுவுவார்களே ஒழிய, கக்கூஸில் போதிய அளவு தண்ணீர் விட வேண்டும் என்று தெரியாது. தில்லியிலிருந்து சென்னை போகும் போது காலையில் எழுந்து ஜன்னல் வழியே பார்த்தால், மக்கள் ஒரு சோடா புட்டியில் தண்ணீர் எடுத்துக்கொண்டு ஒதுக்குப்புறமாக போவது தெரியும். அங்கேயாவது தண்ணீர்ப் பிரச்சினை என்று சொல்லலாம். இங்கு அந்தப் பிரச்சினையும் இல்லை. "நாற்றம் தாங்க முடியவில்லை. நிறைய தண்ணீர் விடுங்கள்" என்று வீட்டுக்காரரிடம்

சொன்னேன். "கக்கூஸ் நாறத்தானே செய்யும்; இதில் ஆச்சரியம் என்ன இருக்கிறது?" என்று கேட்டுவிட்டு, கிராமங்களில் மக்கள் தண்ணீர் இல்லாமல் எப்படி அவதிப்படுகிறார்கள் என்பது பற்றியும், அப்படி இருக்கும்போது இங்கு நகரங்களில் நாம் கக்கூஸுக்கென்றே எத்தனை கேலன் தண்ணீரைக் கொட்டி வீணடிக்கிறோம் என்பது பற்றியும் விரிவாக ஒரு லெக்சர் கொடுத்தார். ஆக, அவரும் அவர் மனைவியும் போய்விட்டு வந்தால், நானேதான் தண்ணீர் ஊற்ற வேண்டிய அவசியம் ஏற்பட்டது.

இப்படி ஒவ்வொரு வீடாக மாற்றிக்கொண்டிருந்தபோதுதான் ஒரு நாள் என் நண்பர் ஒருவர், தான் வெளிநாடு செல்ல இருப்பதாகவும், தன் வீட்டில் இரண்டு மூன்று வருடங்கள் வந்து இருந்து கொள்ளலாம் என்றும் சொன்னார். ஆனால் அதில் ஒரே ஒரு பிரச்சினை இருந்தது. நண்பரின் வீடு 'ஜமுனா பாக்' என்று சொல்லப்படுகிற கிழக்கு தில்லியில் இருந்தது. கிட்டத்தட்ட தில்லி ஜனத்தொகையில் பாதி அளவு மக்கள் கிழக்கு தில்லியில் இருந்தாலும், இந்த 'ஜமுனா பாக்' பகுதி என்பது, அலுவலகத்தில் வேலை பார்க்கும் ஒரு சராசரி நபருக்கு அச்சுறுத்தல் தரும் ஒரு இடமாகத்தான் இருந்து வருகிறது. கொலை, கொள்ளை, கற்பழிப்பு, நபர்கள் கடத்தப்படுதல், தில்லியின் மிகப்பெரிய மலிவுவிலை சாராயக்கடை போன்ற விஷயங்களே இதற்குக் காரணமாகக் கருதப்பட்டாலும், எனக்கு என்னவோ தில்லியை கிழக்கு தில்லியுடன் இணைக்கும் இரண்டு பாலங்கள்தான் மிகப்பெரிய பிரச்சினை என்று தோன்றியது.

இருக்கின்ற மக்கள் தொகைக்கும், வாகனங்களுக்கும் இதுபோல் ஒரு பத்து பாலமாவது தேவைப்படலாம் என்கிற நிலையில் இந்த இரண்டு பாலங்கள். பாலத்தின் இரண்டு பக்கங்களிலும் ஆயுதமேந்திய போலீசார். வாகனங்களை நிறுத்திச் சோதித்துப் பார்ப்பதற்காக தடைகள். ஒவ்வொரு வாகனமும் இந்தத் தடையைத் தாண்டிச்செல்ல வேண்டியிருப்பதால், எப்போதுமே ஏற்பட்டுக்கொண்டிருக்கும் டிராஃபிக் ஜாம். ஒரு ஆள் நடந்து செல்லும் வேகத்தைவிட குறைவான வேகத்தில்தான் வாகனங்கள் ஊர்ந்து செல்லும். இதற்கிடையில் ஏதாவது ஒரு வாகனம் முந்திச் செல்ல முயன்று, ஏடாகூடமாக மாட்டிக்கொண்டுவிட்டால், ஒரு வாகனம் கூட நகர முடியாமல் போய், நிலைமை சீராக பல மணி நேரம் ஆகும். பஸ்ஸை விட்டு இறங்கி ஓடச் செய்யும் அளவுக்கு எல்லா வாகனங்களிலிருந்தும் கேட்கும் ஹாரன் சப்தங்கள். பாலத்தை ஒவ்வொருமுறை தாண்டும்போதும் ஜமுனா பாகிற்கு வந்திருக்க வேண்டாம் என்று தோன்றும்.

மீனாவுக்கோ வேறுவிதமான கவலைகள். மயூர் விஹாரின் மூன்றாவது செக்டாரின் பிரதான சாலையில் ஒரு தென்னிந்தியத் தம்பதி நடந்து சென்றுகொண்டிருக்கும்போது, அவர்களின் அருகே வேகமாக வந்த ஆட்டோ ஒன்று, அந்தப் பெண்ணை ஆட்டோவில் இழுத்துப் போட்டுக்கொண்டு சென்றுவிட்டது. பட்டப்பகலில் நடந்த நிகழ்ச்சி.

கண்ணிமைக்கும் நேரத்தில் எல்லாம் முடிந்துவிட்டதால் யாராலும் எதுவும் செய்ய முடியவில்லை. மறுநாள் தினசரிகளில் வந்திருந்தது. இன்னொரு சம்பவம். இதுவும் எங்கள் மூன்றாவது செக்டாரிலேயே நடந்த நிகழ்ச்சிதான். காலை பதினோரு மணி அளவில் ஒரு கதவைத் திறந்து பார்ப்பது வழக்கமில்லை என்பதால், கதவின் 'பீப் ஹோல்' வழியே எட்டிப் பார்த்திருக்கிறார் வீட்டிலிருந்த பெண்மணி. மூன்று வாட்டசாட்டமான ஆட்கள் நின்று கொண்டிருப்பதைப் பார்த்து சற்றுத் தயங்கி, "நீங்கள் யார்? என்ன வேண்டும்?" என்று கேட்க, "நாங்கள் 'தேஸு'[1] விலிருந்து வந்திருக்கிறோம்; இந்த வீட்டின் மீட்டர் ரொம்ப வேகமாக ஓடுவதாக புகார் வந்திருக்கிறது; பார்க்க வேண்டும்" என்று சொல்ல, மறுபேச்சு பேசாமல் கதவைத் திறந்துவிட்டிருக்கிறாள் அந்தப் பெண். அவளைக் கற்பழித்து கொலை செய்துவிட்டுப் போயிருக்கிறார்கள் அந்த நபர்கள். மறுநாள் தினசரிகளில் வந்திருந்தது.

இந்த இரண்டு சம்பவங்களும் மீனாவை ரொம்பவும் கலவரப் படுத்தியிருந்தது.

"நாம் ஜாக்கிரதையாக இருந்துகொள்ள வேண்டியதுதான். வேறு என்ன செய்யமுடியும்?" என்று ஏகப்பட்ட தைரிய வார்த்தைகள் கூறி, இந்த வீட்டினால் கிடைத்திருக்கும் அனுகூலங்களையும் விலாவாரியாக எடுத்து விளக்கினேன்.

கிரௌண்ட் ஃப்ளோர் வீடு. ஒண்டுக்குடித்தனப் பிரச்சினை இல்லாதது. விசாலமான ஹால். தனி கிச்சன், படுக்கை அறை, இரண்டு வாசல், ஒரு சின்ன தோட்டம் போடும் அளவுக்கு நிலம், ஏதோ பெயருக்கு ஒரு வாடகை.

"இத்தனை வசதிகளுக்காக இந்தக் கிழக்கு தில்லியைப் பொறுத்துக்கொள்" என்றேன்.

இந்த வீட்டுக்கு வந்த முதல் நாளே ரேக்கி எனக்குப் பழக்கமானான். சாமான்கள் டெம்போவில் வந்து இறங்கியபோது ஒரு பன்னிரெண்டு வயது மதிக்கத்தக்க சர்தார் பையன், "இஸ் கர் மே ஆப் ஹீ நயா ஆரஹே ஹே(ங்) அங்கிள்? ஆப் கா நாம் க்யா ஹை?" என்று என்னைக் கேட்டான். "பெஹலே ஆப்கா நாம் பதாவோ?" என்றேன். "மேரா நாம் ரேக்கி ஹை... உதர் தேக்கியே... இஸ் சடக் கே உஸ்தரா... ஏக் குருத்வாரா திகாயி படுதீ ஹை நா. உஸ் கே நஸ்தீக் ஹை ஹமாரா ஸத்தாயிஸ் பிளாக்... உஸீ மே ஹை ஹமாரா கர்" என்றான் சிறுவன். மீனாவைப் பார்த்து, "பயல் படுசுட்டியாகத் தெரிகிறானே" என்றேன். சொன்னதும் ரேக்கி என்னைப் பார்த்து, "சுட்டின்னா என்ன அங்கிள்?" என்று தெளிவான தமிழில் கேட்டான்.

ஆச்சரியத்துடன், "உனக்கு எப்படித் தமிழ் தெரியும்?" என்று கேட்டேன்.

"நான் தமிழ் ஸ்கூலில்தான் படிக்கிறேன் அங்கிள். என்

1. தேஸு - Desu - வெளி - தில்லி மின்சார வாரியம்.

ஃப்ரெண்ட்ஸெல்லாம் கூட தமில்தான். அதனால் தமில் தெரியும் எனக்கு. ஆனால் சுட்டின்னா என்ன அங்கிள்?"

"சுட்டின்னா 'நாட்டி'. இந்தியில் 'நட்கட்'. அது சரி, உன் அப்பா எங்கே வேலை பார்க்கிறார்?"

அப்பாவைப் பற்றிக் கேட்டதும் அவன் முகம் மாறுதல் அடைந்தது. இவ்வளவு நேரம் அவன் கண்களில் தெரிந்த ஆர்வமும் ஒளியும் மங்கிப் போனது.

"க்யா ஹுவா ரேக்கி?"

"குச் நஹி அங்கிள். அப்னி கஹானி ஔர் ஏக் தின் போலுங்கா."

கஹானியா? பன்னிரெண்டு வயதுப் பையனுக்கு ஒரு கஹானி இருக்க முடியுமா? அப்படி இருந்தால் அது மிகவும் சோகமானதாகத்தான் இருக்க முடியும் என்று தோன்றியது.

பிறகு ரேக்கி படிக்கும் பள்ளியைப் பற்றி விசாரித்துக்கொண்டேன். லோதி ரோட்டிலுள்ள தமிழ்ப் பள்ளி. இங்கிருந்து தொலைவுதான் என்றாலும், ஸ்கூல் பஸ்ஸே இருப்பதாகச் சொன்னான் ரேக்கி. என் மகள் ரேஷ்மாவையும் அந்தப் பள்ளியில்தான் சேர்ப்பதாக இருந்ததால், இந்த விபரங்கள் சற்று நிம்மதி அளித்தன.

ரேஷ்மா ரேக்கியோடு ரொம்பவும் ஒட்டிக்கொண்டாள். எப்போதும் எங்கள் வீட்டிலேயே இருந்துவிட்டு, இருட்டிய பிறகுதான் வீட்டுக்குப் போவான் ரேக்கி. சிலசமயங்களில் அவனுடைய அம்மா வந்து அழைத்துப் போவாள்.

அவன் குறிப்பிட்ட கஹானி பற்றி அவனிடம் கேட்டு அவனை வருத்தமடையச் செய்ய வேண்டாம் என்று நினைத்து, அவனிடம் அதைப் பற்றி பிறகு நான் கேட்கவில்லை. ஆனால் அடிக்கடி அவனுடைய அம்மாவைத்தான் பார்த்திருக்கிறேனே ஒழிய, அவனுடைய அப்பாவைப் பார்த்ததில்லை என்ற விஷயம் உறுத்திக்கொண்டே யிருந்தது. ஒரு நாள் ரேஷ்மா, "வெளியே டாட்டா போய் ரொம்ப நாளாகிறது. எங்கேயாவது அழைத்துப் போ" என்றாள். "வருகிறாயா ரேக்கி? உன் அப்பா ஒத்துக்கொள்வாரா?" என்று கேட்டேன். கொஞ்சநேரம் யோசித்துவிட்டு, "ஓகே அங்கிள், அப்னி கஹானி பதாவுங்கா அபி" என்று சொல்ல ஆரம்பித்தான்.

ரேக்கியின் அப்பா - சர்தார் சுச்சா சிங் - ராணுவத்தில் பணியாற்றியவர். சிறந்த ராணுவ வீரருக்கான விருதுகளும் பெற்றவர். மூன்று மாதங்களுக்கு முன்னால்தான் பஞ்சாப் தீவிரவாதிகளை அடக்குவதற்கான சிறப்புப் பிரிவில் சேர்க்கப்பட்டு பஞ்சாபுக்கு அனுப்பப்பட்டார். லால் கிலாவில் கலிஸ்தான் கொடியை ஏற்றியே தீருவேன் என்று சபதமிட்ட கொடிய தீவிரவாதியான சந்த் பிந்த்ரான்வாலேயை ஒழித்துக் கட்டுவதற்காகச் சென்ற மாதம் நடந்த நீல நட்சத்திர நடவடிக்கை என்று சொல்லப்பட்ட பயங்கர சண்டையின்போது உயிர்நீத்த ராணுவ வீரர்களுள் சர்தார்

சுச்சா சிங்கும் ஒருவர். அவரது வீரச் செயலை மெச்சி நன்றிக்கடனாக அவரது மனைவியான ஜஸ்பீர் கௌருக்கு ஒரு அரசு அலுவலகத்தில் வேலையும் தரப்பட்டது. ஜஸ்பீர் கௌருக்கு படிப்பு கிடையாது என்பதால், சப்ராஸி வேலைதான் கிடைத்தது.

ரேக்கியிடமிருந்து இந்தக் கஹானியைக் கேட்டதும், போன மாதத்து பேப்பர்கட்டை எடுத்துவந்து, ஜூன் 5க்கு மேற்பட்ட பேப்பர்களைப் புரட்டினேன். நீல நட்சத்திர நடவடிக்கை என்பது எங்கோ நடந்த விஷயம் என்பதாக இருந்தது மாறி, இப்போது என்னருகே நெருங்கி வந்து என் வீட்டுக்குள்ளேயே நுழைந்துவிட்டதாகத் தோன்றியது. உயிர் நீத்த மொத்த ராணுவ வீரர்கள் 83பேர் என்றும், காயமுற்ற ராணுவ வீரர்கள் 248 பேர் என்றும், பொதுமக்களும் தீவிரவாதிகளும் சேர்ந்து முப்பது பெண்களும் ஐந்து குழந்தைகளும் அடக்கம் என்றும் செய்தித்தாளில் அரசுத் தரப்பில் அறிவிக்கப்பட்டிருந்தது. ஹர்மந்திர் சாஹிபைத் தவிர, தர்பார் சாஹிபின் பல பகுதிகளும் டாங்கிகளால் சின்னாபின்னமாக்கப்பட்டிருந்த புகைப்படங்களும் இப்போது வேறுவித அர்த்தத்தைத் தருவனவாகத் தோன்றின.

ஒரு மாதத்திற்கு முன்பு வெறும் எண்களாகத் தெரிந்த விபரங்கள், இப்போது ரத்தமும் சதையுமாக - எத்தனையோ பேரை அனாதைகளாக விட்டுப் போய்விட்ட மனித உயிர்களாகத் தெரிய ஆரம்பித்தன. சர்தார் சுச்சா சிங்கின் தியாகத்திற்காக ஜஸ்பீர் கௌருக்கு மெடல் தரும்போது, இந்த ரேக்கி என்கிற, அப்பாவை இழந்த சிறுவனைப் பற்றி அரசு யோசிக்குமா? வேதனையோ, கவலையோ அடையுமா? எந்த காரணத்திற்காக இவ்வளவு பேர் கொல்லப்பட்டார்கள்? எடுத்துவிட்டெறிந்து செலவு செய்வதற்கு, இந்த ராணுவ வீரர்களெல்லாம், அரசாங்கத்தின் பாக்கெட்டிலிருக்கும் நயாபைசாக்களா?

மீண்டும் மீண்டும் அந்தச் செய்தித்தாள்களையே புரட்டிக் கொண்டிருந்தேன். தீவிரவாதிகளைப் பற்றியும், அவர்களிடமிருந்த வெடிமருந்து மற்றும் நவீன ரக ஆயுதங்கள் பற்றியும், சுரங்கப் பாதைகள் பற்றியும், நிலவறைகள் பற்றியும், அகால் தக்தை நோக்கி முன்னேறிய ராணுவ வீரர்கள் குருவிகள் சுட்டுக் கொல்லப்படுவதுபோல் ஒவ்வொருவராக சுடப்பட்டு வீழ்ந்தது பற்றியும், வேறுவழியில்லாமல் டாங்கிகள் அனுப்பப்பட்டு அகால் தக்தின் பெரும் பகுதி அழிந்துவிட்டது பற்றியும், நிச்சயமாக ஒரு கார்சேவா மூலம் அழிந்துவிட்ட அகால் தக்தை மீண்டும் நிர்மாணிப்போம் என்று அறிவித்த அரசாங்கத்தின் உறுதிமொழி பற்றியும் பக்கம் பக்கமாகப் பேசியது செய்தித்தாள்...

அகால்தக்த் - காலமற்றவனின் அரியணை - அகாலத்தை காலத்திற்குள் அடக்கும் முயற்சியில் ஒரு அகால் தக்த் - காலத்தை அகாலமாக்கும் முயற்சியில் நூற்றுக்கணக்கான மனித உயிர்கள்! கார் சேவா அகாலத்திற்கு ஒரு அரியணை அமைத்துவிடலாம். ஆனால் தங்கள் காலம் பலவந்தமாகப் பறிக்கப்பட்டு அகாலமான அந்த நூற்றுக்கணக்கான மனித உயிர்களுக்குத் திரும்பவும் அவைகளுக்கான

காலத்தை அளிக்க ஏதாவது ஒரு கார் சேவா இருக்கிறதா?

ரேக்கியும் அந்த செய்தித்தாள்களைப் பார்த்தபடியே என்னருகில் உட்கார்ந்திருந்தான்.

ரேக்கியின் கதையைக் கேட்டபிறகு அவன் மீது எனக்கிருந்த ஈடுபாடு அதிகமாயிற்று.

"எங்கே போகலாம் ரேக்கி? உன் அம்மாவிடம் சொல்லிவிட்டு வா. வரும் ஞாயிற்றுக்கிழமை வெளியே போகலாம். எங்கே போகலாம் என்று நீயும் ரேஷ்மாவும் முடிவுசெய்து கொள்ளுங்கள்" என்றேன்.

ரேஷ்மாவும், ரேக்கியும் கூடிக் கூடிப் பேசினார்கள். பஞ்சாபியிலேயே பேசிக்கொண்டார்கள். ரேக்கியுடன் பேசிப் பேசி பஞ்சாபியை சரளமாகப் பேசக் கற்றுக்கொண்டுவிட்டாள் ரேஷ்மா.

இருவருமாக பேசி முடித்துக் கடைசியில், "லால் கிலா போகலாம் அங்கிள்" என்றான் ரேக்கி.

"லால் கிலாவா? அங்கே உங்களுக்கு 'போர்' அடிக்குமே? அதோடு உள்ளே போய் ரொம்ப அலையவும் வேண்டியிருக்கும். வேறு எங்காவது கனாட் பிளேஸ், பாலிகா பஸார் என்று போனால் ஜாலியாக இருக்கும். ஷாப்பிங்கும் செய்யலாம்" என்றேன்.

"அதற்கில்லை அங்கிள். அந்த பிந்த்ரான்வாலே லால்கிலாவில் கலிஸ்தான் கொடியைப் பறக்க விடுவேன் என்று சொன்னதால்தானே சண்டை வந்து, என் அப்பா செத்துப் போனார். அதனால்தான் அந்த லால் கிலாவைப் பார்க்க வேண்டும்போல் இருக்கிறது" என்றான்.

தொடர்ந்து பேசிக் கொண்டிருந்தபொழுது ரேக்கி இதுவரை ஒரு சினிமாகூட சினிமா தியேட்டருக்குச் சென்று பார்த்ததில்லை என்றும் தெரிந்தது. எல்லாம் டி.வி.யில்தான் பார்த்திருக்கிறான்.

மாதம் ஒரு இடம் என்று ஒவ்வொரு இடமாகச் சென்று பார்த்துவிடுவது என்று முடிவு செய்தோம்: லால் கிலா, கனாட் பிளேஸ், பாலிகா பஸார், ஒரு நல்ல இந்தி சினிமா, ஒரு சைனீஸ் ரெஸ்டாரண்ட். முதலில் லால் கிலா. மீனா எண்ணெய் தேய்த்துக் குளிக்க வேண்டும் என்று சொல்லிவிட்டதால் நானும், ரேஷ்மாவும், ரேக்கியும் கிளம்பினோம். ரேஷ்மாவுக்கும், ரேக்கிக்கும் லால் கிலா மிகவும் பிடித்துப் போயிற்று. குதித்துக் குதித்து ஓடினார்கள். திவானி ஆம், திவானி காஸ் என்ற இரண்டு மண்டபங்களிலும் ஓடிப்பிடித்து விளையாடினார்கள். சேஷ் மஹாலின் கண்ணாடி வேலைப்பாடுகளைப் பார்த்து பிரமித்து நின்றார்கள். 'தங்கத்தால் செய்து வைரத்தால் இழைத்த மயிலாசனம் இங்கேதான் இருந்தது' என்று எழுதப்பட்டிருந்த இடத்தில் நின்றுகொண்டு, அந்த மயிலாசனத்தை யார் எடுத்துப் போனது என்று கவலைப்பட்டார்கள். ஔரங்கசீப் கட்டிய 'பேர்ள் மாஸ்க்' பூட்டியிருந்ததால், அதன் கதவிலிருந்த துளைகளின் வழியே எட்டிப் பார்த்தார்கள்.

ஒரு வழியாக எல்லாவற்றையும் முடித்துவிட்டு வெளியே வரும்போது அங்கேயிருந்த ராணுவ முகாம்களைப் பார்த்தோம். ரேக்கி ஏதாவது கேட்பான் என்று எதிர்பார்த்தேன். அவன் ஒன்றும் கேட்கவில்லை. உற்சாகமாக ரேஷ்மாவுடன் பஞ்சாபியில் பேசிக்கொண்டு வந்தான். ரேஷ்மாவின் பஞ்சாபியையும் அவளுடைய உச்சிக் கொண்டையையும் பார்த்தால் அவளை ஒரு தமிழ்க் குழந்தை என்றே சொல்ல முடியாதுபோல் தோன்றியது. குழந்தைகள் இருவரும் பஞ்சாபியில் பேசிக்கொண்டு என்னுடன் தமிழில் பேசுவதையும், அவர்களுடன் வந்திருக்கும் ஒரு தென்னிந்தியனான என்னையும் மற்றவர்கள் மிகவும் ஆச்சரியத்துடன் திரும்பித் திரும்பிப் பார்த்தார்கள்.

வெளியே வந்தபோது மணி ஏழு ஆகியிருந்தது. கோடைக்காலமாதலால் இன்னும் சூரியன் மறையவில்லை. குழந்தைகள் களைத்துப் போயிருந்ததால், இப்படியே பஸ் பிடித்து வீட்டுக்குப் போவதைவிட, கனாட் பிளேஸ் போய் சைனீஸ் ரெஸ்டாரெண்டில் சாவகாசமாக பொழுதைக் கழித்துவிட்டுப் போகலாம் என்று தோன்றியது. ரேக்கியும், ரேஷ்மாவும் என் யோசனையைக் கேட்டு மீண்டும் உற்சாகமானார்கள்.

ரெஸ்டாரண்டின் உள்ளே நுழைந்ததும் - அதன் அரையிருட்டு - மேலே தொங்கிக்கொண்டிருந்த அலங்கார வண்ண விளக்குகள் - சர்வர்களின் நீண்ட தொப்பி - மேஜையின் மேல் ஒரு அலங்காரமான கிளாஸில் வைக்கப்பட்டிருந்த கை துடைக்கும் பேப்பர் - மிக மெலிதாக ஒலித்துக் கொண்டிருந்த பாப் இசை - எல்லாமாகச் சேர்ந்து அந்தச் சூழலை ஏதோ ஒரு கனவுலகத்தைப் போல் ஆக்கியிருந்தது. ஆச்சரியத்துடன் சுற்றுமுற்றும் பார்த்த ரேஷ்மா, "சினிமாவில் பார்ப்பதுபோல் இருக்கிறதே!" என்றாள்.

"ஆனால் நான் என் அப்பாவுடன் ஒரு தடவைகூட இதுமாதிரி இடங்களுக்குப் போனதில்லை" என்றான் ரேக்கி. கொஞ்சம்கூட தன் வருத்தத்தை வெளியில் காண்பித்துக் கொள்ளாமல், வெகு சாதாரணமான தொனியில் சொன்னான். மெனுவைக் கொண்டு வந்து கொடுத்தார் சர்வர். இருட்டில் கொஞ்சம் சிரமப்பட்டுத்தான் படிக்க வேண்டியிருந்தது. "முதலில் மூன்று சிக்கன் சூப் கொண்டு வாருங்கள். மற்றதை அப்புறம் சொல்கிறேன்" என்றேன்.

சோலே பட்டூரா, பாலக் பனீர், கோஃப்தா, நான், பிரெட் பீஸ் மசாலா, ஆலு ஃப்ரை என்று எல்லா அயிட்டங்களின் சாதக பாதகங்களையும் பற்றி விவாதித்துவிட்டு, கடைசியில் இரண்டு சிக்கன் நூடுல்ஸ் வாங்கி மூன்றாகப் பங்கிட்டுச் சாப்பிடலாம் என்று முடிவாயிற்று. "இவ்வளவு பெரிய இடத்துக்கு வந்து வெறும் நூடுல்ஸ்தானா?" என்று கேட்டேன்.

"அதையே சாப்பிடலாம் அங்கிள். மற்ற அயிட்டமெல்லாம்தான் வீட்டிலேயே கிடைக்கிறதே? அதோடு, சாப்பாடா முக்கியம்? இந்த இடமே போதுமே அங்கிள்?" என்றான் ரேக்கி. சொல்லிவிட்டு உடனே, "இந்த மாதிரி ஒரு இடத்திற்குக்கூட என் டாடியுடன் போனதில்லை

அங்கிள்" என்றான். "அவர் இங்கே வேலையில் இருந்தபோது எப்போது பார்த்தாலும் வேலை வேலை என்றுதான் கிடந்தாரே ஒழிய, ஒரு இடத்திற்குக் கூட என்னை அழைத்துப் போனதில்லை. 'இப்படியே வேலை வேலை என்று இரவு பகலாக அலைந்தால் பைத்தியம்தான் பிடிக்கும்' என்று சொல்லுவாள் மம்மி. ஆனாலும் அவர் அதை கண்டுகொண்டதே இல்லை. எது கேட்டாலும் அதை வாங்கிக் கொண்டு வந்து தருவார். அல்லது மம்மியிடம் பணம் கொடுத்து வாங்கித் தரச் சொல்லுவார். ஒரு தடவைக் கூட.... சூப் தோ பஹூத் படியா ஹை அங்கிள்... ஒரு தடவை தாஜ்மஹால் போயிருக்கிறோம். அப்போது கூட டாடி எங்களுடன் வரவில்லை. வீட்டுக்கு வந்திருந்த சாச்சி[2] கூடத்தான் நாங்கள் போனோம். ரொம்ப அன்பாகவும், செல்லமாகவும் பேசித் தட்டிக்கழித்து விடுவார். நானும் விடாப் பிடியாக அவருடன் பேசிப் பேசி ஒரு முறையாவது எங்களுடன் வரவேண்டும் என்று சொல்லி, கடைசியில் தர்பார் சாஹிப் போவது என்று முடிவாயிற்று.

ஆனால், அதே சமயத்தில்தான் தர்பார் சாஹிபில் ஏதோ பிரச்சினை என்று சொல்லி, அவருக்கு அங்கே ஸ்பெஷல் டியூட்டி போட்டார்கள். மம்மியுடனும், என்னுடனும் சேர்ந்து மூவருமாக தர்பார் சாஹிப் போக இருந்த சமயத்தில்தான் அவர் மட்டும் ஸ்பெஷல் டியூட்டியில் போனார். 'திரும்பி வந்து அழைத்துச் செல்கிறேன்; நிச்சயம் நாம் ஒன்றாகச் சேர்ந்து போகலாம்' என்று சொல்லிவிட்டுப் போனார். ஆனால் டாடி திரும்பவே இல்லை அங்கிள். இன்னும் கொஞ்சநாள் கழித்து மம்மியை அழைத்து மெடல் கொடுப்பார்கள். ராணுவ உடுப்பில் கம்பீரமாக இருந்த டாடி, ஒரு சின்ன உலோகமாக மாறி விடுவார்! உலோகத்துடன் பேச முடியுமா, அங்கிள்...?"

"ஆவியிடம் உங்களுக்கு நம்பிக்கை உண்டா அங்கிள்? ஆவியுடன் நாம் பேச முடியும் என்கிறார்களே, அது உண்மையா? அது உண்மையானால் என் டாடியின் ஆவியுடன் நான் பேச வேண்டும். பேசி என்னை ஏன் ஒருமுறை கூட உங்களுடன் வெளியே அழைத்துப் போனதில்லை என்று கேட்க வேண்டும். அவர் ஒருவேளை ஒரு முரட்டு அப்பாவாக, எதற்கெடுத்தாலும் அடித்துக்கொண்டும், திட்டிக்கொண்டும் இருந்திருந்தால்கூடப் பரவாயில்லை அங்கிள். அவர் என்னை ஒரு வார்த்தைகூடத் திட்டியதில்லை. டாடி வீட்டில் இருந்த நேரம் குறைவு. அநேகமாக எல்லா நாட்களிலும் நைட் டியூட்டி. பகலில் நான் ஸ்கூலுக்குக் கிளம்புகிற நேரத்தில்தான் வருவார். வந்தவுடன் என்னை அணைத்து முத்தமிடுவார். கொஞ்சுவார். ஸ்கூலுக்குப் போகாமலேயே இருந்துவிடலாம் என்று இருக்கும். ஆனால் மம்மி திட்டுவாள். போய் விடுவேன். மதியம் மூன்று மணிக்கு ஸ்கூல் முடிந்து வந்து பார்த்தால் அவருடைய பைக் இருக்காது. 'நைட் டியூட்டிக்கு இப்போதே ஏன் போக வேண்டும் மம்மி?' என்று கேட்டால், 'இப்போது சொன்னால்

---

2. சாச்சி - பெரியமா

உனக்குப் புரியாது; நீ வளர்ந்து பெரியவனான பிறகு சொல்கிறேன்' என்பாள் மம்மி. பகல் டியூட்டியாக இருந்தால்தான் டாடியோடு கொஞ்ச நேரம் பேசிக்கொண்டிருக்க முடியும். இரவு எட்டு மணிக்கு வீட்டுக்கு வருகிறவர் நான் தூங்கும் வரை பக்கத்திலேயே உட்கார்ந்து பேசிக் கொண்டிருப்பார். டாடியின் ஆவியுடன் பேச முடிந்தால், 'ஏன் என்னையும், மம்மியையும் ஒருமுறைகூட வெளியே அழைத்துப் போனதில்லை? வேலை வேலை என்று வேலையே கதியாக இருந்து, வேலையிலேயே உயிர் விடவா திருமணம் செய்துகொண்டீர்கள்?' என்று கேட்க வேண்டும். ஆவியுடன் பேச முடியுமா அங்கிள்?" உணர்ச்சியை குரலிலோ, முகத்திலோ வெளிக்காட்டிக்கொள்ளாமல், அழாமல் வேறு யாருக்கோ நடந்த ஒன்றைப் பற்றி விவரிப்பதுபோல் சொன்னான் ரேக்கி.

லால் கிலாவுக்குப் போய்வந்த பிறகு ஒருமுறை கனாட் பிளேஸும், பாலிகா பஸாரும், மற்றொருமுறை பிரகதி மைதானமும் போய் வந்தோம். ஆனால் சினிமாவுக்கு மட்டும் போக முடியாமலேயே இருந்தது. ரேஷ்மாவுக்குப் பிடித்த படம் ரேக்கிக்குப் பிடிக்கவில்லை. ரேக்கிக்குப் பிடித்த படம் ரேஷ்மாவுக்குப் பிடிக்கவில்லை. எனக்குப் பிடித்த படமோ குழந்தைகளை அழைத்துக்கொண்டு போகமுடியாத படமாக இருந்தது. கடைசியில் ஒரு வழியாக அடுத்த ஞாயிற்றுக்கிழமை கனாட் பிளேஸ் போய் எந்தத் தியேட்டரில் டிக்கெட் கிடைக்கிறதோ அந்தப் படத்திற்குப் போய்விடுவது என்று முடிவு செய்தோம். ஞாயிற்றுக்கிழமைக்காக ரேக்கியும், ரேஷ்மாவும் ஆசையுடன் காத்துக் கொண்டிருந்தபோது, அதற்கு முன்னதாக புதன்கிழமை காலை பத்து மணி அளவில் அந்தச் செய்தி காட்டுத்தீயைப் போல் பரவி, எங்கள் மயூர் விஹாரை வந்து அடைந்தது. அன்று எனக்கு லேசான ஜுரமாக இருந்ததால் நான் ஆஃபிஸ் போகவில்லை. நான் போகாததால் மீனாவும் போகவில்லை. அப்போது பூஜா விடுமுறையாக இருந்ததால், ரேஷ்மாவை கிரஷ்ஷில் விட்டுவிட்டு வரவேண்டும். ஆனால் நாங்கள் இருவருமே வீட்டில் இருந்ததால், ரேஷ்மாவும் கிரஷ்ஷுக்குப் போகவில்லை. அப்போதுதான் பிரதம மந்திரி சுட்டுக் கொல்லப்பட்டார் என்ற செய்தி வந்தது. முதலில் புரளி என்று நினைத்தோம். பிறகு கொஞ்சநேரத்திலேயே அந்தச் செய்தி உண்மைதான் என்று தெரிந்துவிட்டது. வெளியே வந்து பார்த்தேன். கூட்டம் கூட்டமாக மக்கள் லாரிகளிலும், வேன்களிலும் கோஷம் எழுப்பிக்கொண்டு போய்க்கொண்டிருந்தார்கள். விசாரித்ததில் ஏ.ஐ.எம்.எஸ். போவதாகச் சொன்னார்கள். பிரதம மந்திரியின் உடல் அங்கேதான் இருப்பதாகத் தெரிந்தது. செய்தி கிடைத்ததும் உடனடியாக டெப்போவுக்குப் போய்ச் சேர முடியாமல், வழியிலேயே மாட்டிக்கொண்ட D.T.C. பஸ்களை கொளுத்திவிட்டுக் கொண்டிருந்தார்கள் சிலர்.

எரியும் பஸ்களைப் பார்த்ததும் என்னை பயம் தொற்றிக்கொள்ள, நான் நேராக வீட்டுக்குத் திரும்பினேன். அன்று பூராவும் ரேக்கி எங்கள்

வீட்டுக்கு வரவில்லை. அவன் வீட்டுக்குப் போய்ப் பார்க்கலாமா என்று நினைத்தேன். ஆனால் மிகவும் களைப்பாக இருந்ததால், நாளைக்குப் போகலாம் என்று விட்டுவிட்டேன்.

நிலைமை சகஜமாவதற்கு இன்னும் எத்தனை நாட்கள் ஆகுமோ என்று தெரியவில்லை. பால் கிடைக்காது. காப்பி குடிக்க முடியாது. அரிசி இருக்கிறதா என்று பார்க்க வேண்டும். கோதுமை மாவு இருந்தாலும் போதும். எத்தனை நாட்களுக்குப் பால் இல்லாமல் ரேஷ்மாவைச் சமாளிக்க முடியும் என்று தெரியவில்லை. எது எப்படியானாலும் தண்ணீரும், மின்சாரமும், கொஞ்சம் அரிசியும் இருந்தால் சில நாட்களை சமாளித்துவிடலாம் என்று தோன்றியது. ஆனால் கலவரம் ஏதும் ஏற்படாமல் இருக்க வேண்டும். ஏனென்றால் சுட்டது சீக்கியர்கள். அதிலும் பிரதமரின் மெய்க்காப்பாளர்கள். துப்பாக்கிச் சூடு, ஊரடங்கு உத்தரவு என்றெல்லாம் வருமா? யாருக்குத் தெரியும். இதுவரை அப்படி எதையும் நேரில் கண்டதில்லை. அனுபவித்ததும் இல்லை. 1947 பிரிவினையின்போது நடந்த நிகழ்ச்சிகளைப் பற்றி புத்தகங்களில் படித்திருக்கிறேன். அதோடு சரி. ஊரடங்கு உத்தரவு என்றால், வெளியில் யாரைக் கண்டாலும் சுடலாம் என்றுதானே அர்த்தம் என்று பலவாறாக யோசித்துக்கொண்டே தூக்கம் வராமல் புரண்டுபுரண்டு படுத்துக் கிடந்தபோது வெளியே வெகு தூரத்தில் பெரும் கூச்சல் கேட்டு எழுந்தேன். வெளியே வந்து பார்த்தபோது, ரோட்டின் மறுபக்கத்தில் திர்லோக்புரி குருத்வாராவின் வெளியே தீப்புகையும், நெருப்புமாகத் தெரிந்தது. சுற்றிலும் நிழலுருவங்களாக ஒரு கூட்டம். என்ன நடக்கிறதென்று சரியாக அனுமானிக்க முடியவில்லை. ஒருவேளை, குருத்வாராவைத்தான் எரிக்க முயற்சிக்கிறார்களோ என்று தோன்றியது. மீனாவிடம் கதவைத் தாளிட்டுக்கொள்ளச் சொல்லிவிட்டு குருத்வாராவின் அருகே போனேன்.

நான்கு பேர் உயிரோடு கொளுத்தப்பட்டு எரிந்து கொண்டிருந்தார்கள். தீப்பிடித்த நிலையில் அங்குமிங்குமாக ஓடிக்கொண்டிருந்த அவர்களை, சுற்றி நின்றிருந்த கும்பல் கற்களால் அடித்துக் கொண்டிருந்தது. வேறு சிலர் தங்கள் கைகளில் வைத்திருந்த கம்புகளால் அவர்களைத் தாக்கிக் கொண்டிருந்தார்கள். உடனேயே எனக்கு ரேக்கியின் ஞாபகம் வர அவனுடைய வீட்டை நோக்கி வேகமாக நடந்தேன். வீடு பூட்டியிருந்தது. எங்கே போயிருப்பார்கள் என்று யோசித்துக்கொண்டே வீட்டிற்கு வந்து சேர்ந்தேன்.

பொழுது விடியும்வரை தூங்காமலேயே காத்திருந்தேன். நடு இரவில், புதிய பிரதமர் தூர்தர்ஷனில் பேசினார். “மறைந்த பிரதமர் என்னுடைய அன்னை மட்டுமல்ல; இந்தப் பாரதம் முழுமைக்கும் அன்னையாக விளங்கினார்; ‘அடுத்த மனிதரைக் கொல்லாதீர்கள். அடுத்த மனிதர்மீதான வெறுப்பைக் கொல்லுங்கள்’ என்று சொன்ன அந்த அன்னையின் வாசகங்களை நாம் இந்த சோதனையான தருணத்தில் நினைவுபடுத்திக்கொண்டு அமைதியையும், பொறுமையும்

கடைப்பிடித்து உலகிற்கு பாரதத்தின் பண்பை எடுத்துக் காட்டுவோம்" என்று தெளிவான, அமைதியான குரலில் மக்களுக்கு வேண்டுகோள் விடுத்தார்.

விடிந்ததும் எழுந்து 27 பிளாக்கை நோக்கிச் சென்றேன். குருத்வாராவைச் சுற்றிலும், எரிந்து கருகிய பிணங்கள் கிடந்தன. உள்ளே நூற்றுக்கணக்கான பேர் அகதிகளைப்போல் குளிரில் நடுங்கிக் கொண்டிருந்தார்கள். கிட்டத்தட்ட எல்லோருமே நீண்ட வாளோ, அல்லது கம்போ வைத்திருந்தார்கள். நடுத்தர வயது மதிக்கத்தக்க ஒருவரிடம் போய், "நீங்கள் திர்லோக்புரியா? இது பாதுகாப்பான இடம் அல்லவே? நேற்று இரவு இங்கு நடந்த விஷயங்களைப் பற்றித் தெரியாதா?" என்று கேட்டேன். தாங்கள் கல்யாண்புரியைச் சேர்ந்தவர்கள் என்றும், திர்லோக்புரியில் சீக்கியர்கள் அதிக அளவில் இருப்பதால், இங்கே வந்தால் பாதுகாப்பு கிடைக்கும் என்று எண்ணி இங்கே வந்து விட்டதாகவும், இங்கே வந்தபிறகுதான் இங்கேதான் எல்லா இடங்களையும்விட அதிக அளவில் கலவரம் நடந்திருப்பது தெரியவந்தது என்றும் சொன்னார்.

27வது பிளாக்குக்குப் போய்ப் பார்த்தேன். ஒரு வீட்டில்கூட ஆள் நடமாட்டம் இல்லை. கிட்டத்தட்ட எல்லா வீடுகளுமே பூட்டிக்கிடந்தது. திரும்பி குருத்வாராவுக்கே வந்தேன். என்னிடம் சற்று முன்பு பேசிக்கொண்டிருந்தவரிடம் வந்து, "27வது பிளாக்கில் இருந்தவர்களெல்லாம் எங்கே? எல்லா வீடும் பூட்டிக் கிடக்கிறதே?" என்று கேட்டேன். பாதிப் பேர் வீட்டை வெளியே பூட்டிவிட்டு பின்பக்கம் வழியாக உள்ளே போய் ஒளிந்துகொண்டிருக்கிறார்கள் என்றும், பெரும் பகுதி மக்கள் 28வது பிளாக்குக்குப் போய் விட்டார்கள் என்றும் சொன்னார்கள். எனக்குக் குழப்பமாக இருந்தது. "28வது பிளாக் முழுக்கவும் இந்துக்கள். அங்கே எப்படி அவர்கள் போனார்கள். அது எப்படி முடியும்?" என்று கேட்டேன். "உங்களுக்கு விஷயமே தெரியவில்லை தம்பி... எங்கள் மக்களுக்கு இந்துக்கள்தான் பெரிய அளவில் பாதுகாப்பு அளிக்கிறார்கள். 27வது பிளாக்கிலுள்ள ரொம்பப் பேர் 28வது பிளாக்கிலுள்ள இந்துக்களின் வீடுகளில்தான் ஒளிந்துகொண்டிருக்கிறார்கள். எங்களைக் கொன்று குவித்துக் கொண்டிருக்கும் கொலைகாரக் கும்பலெல்லாம் இந்துக்கள் என்றா நினைக்கிறீர்கள்? இல்லவே இல்லை. இவர்களுக்கெல்லாம் மதம், கடவுள் என்றெல்லாம் எதுவும் கிடையாது. இவர்கள் குண்டர்கள். அவ்வளவுதான். எங்கிருந்து வருகிறார்கள் என்றே தெரியவில்லை. திடீர் திடீரென்று பத்துப் பதினைந்து ஜீப்புகளில் கூட்டம் கூட்டமாக வருகிறார்கள். ஒவ்வொரு வீடாகப் போய்ப் பார்த்து சீக்கியனாக இருந்தால் வெளியே இழுத்துக்கொண்டு போய் மண்ணெண்ணெயை ஊற்றிக் கொளுத்துகிறார்கள். இவர்களில் பலர் எங்களிடம் முன்னால் ஓட்டுக் கேட்க வந்தவர்கள். அவர்களின் முகம் எனக்கு நன்றாக நினைவில் இருக்கிறது. எப்போது அவர்களைப் பார்த்தாலும் என்னால் அடையாளம் காட்ட முடியும்" என்றார்.

ரேடியோ செய்தியில் இன்று கலவரம் நடக்கும் இடங்களுக்கு ராணுவம் அனுப்பப்பட்டிருக்கிறது என்றும், ஊரடங்கு உத்தரவு போடப்பட்டிருக்கிறது என்றும், நிலைமை கட்டுக்குள் இருக்கிறது என்றும் தெரிவிக்கப்பட்டது. ஆனால் செய்தி கேட்டு இரண்டு மணி நேரத்திற்குமேல் ஆகியும் ராணுவமோ, போலீஸோ எங்கள் பகுதிக்கு வரவில்லை. இரவுச் செய்தியில் கலவரத்தில் ஈடுபடுகிறவர்களைக் கண்டதும் சுட உத்தரவு இடப்பட்டிருப்பதாகவும் அறிவிக்கப்பட்டது. ஆனால் இதையெல்லாம் யார் அமல்படுத்துவார்கள் என்றுதான் தெரியாமல் இருந்தது. எல்லா அரசியல் தலைவர்களும் தீன்மூர்த்தி ஹவுஸில் முடங்கிக் கிடந்தார்கள்.

நேற்று பிரதம மந்திரி சுடப்பட்டபோது, ஜனாதிபதி வெளிநாட்டில் இருந்ததால், செய்தி கிடைத்து அன்று மாலை தில்லி திரும்பி விமான நிலையத்திலிருந்து ஏ.ஐ.எம்.எஸ்.ஸுக்குச் சென்று கொண்டிருந்தபோது, அவரது காரில் கற்கள் வீசப்பட்டன என்றும், அவரது காரைத் தொடர்ந்து மற்ற கார்களும்கூட கல்வீச்சால் பாதிக்கப்பட்டன என்றும் பி.பி.ஸி. வானொலி தெரிவித்திருந்தது. ஜனாதிபதிக்கே இந்த கதி என்கிறபோது, இந்த சாதாரண மக்களைக் காப்பாற்றுவதற்கு யார் வரப் போகிறார்கள் என்று தோன்றியது.

தீன்மூர்த்தி ஹவுஸிலிருந்த பிரதமரின் உடலையும், அந்த உடலை தரிசிக்க வந்த மக்களையும் காட்டியபோது, ரொம்பவும் அசாதாரணமான கோஷங்களெல்லாம் எழுப்பப்பட்டன. எந்தவிதத் தணிக்கையும் செய்யப்படாமல் தூர்தர்ஷனில் அப்படியே காட்டப்பட்டது. (உதாரணமாக, 'பாரத் கீ படி பேட்டீ கோ ஜிஸ் நே கூன்கியா, உஸ் வம்ச கோ மிடாயேங்கே![3])

முந்தின இரவு முழுக்கவும் தூங்காத காரணத்தால் மிகவும் களைப்பாக இருந்தது. ஆனால் தூங்கவும் முடியவில்லை. அரைத் தூக்கமும், அரை விழிப்புமாக டி.வி.க்கு முன்னே உட்கார்ந்திருந்தேன். திடீரென்று எரிந்து கருகிய, இன்னமும் எரிந்து கொண்டிருக்கிற உடல்களின் நாற்றமும், பெட்ரோல், மண்ணெண்ணை, டீசல் போன்றவற்றின் நாற்றமும் தாங்கமுடியாமல் மூக்கை வந்து தாக்கியது. குமட்டலெடுத்தது. இந்த நாற்றமே ஆளைக் கொன்றுவிடும்போலிருந்தது. சாலை நெடுகிலும் ஒரே பிணங்களாகக் கிடக்க, ஒரு ஆள் அந்தப் பிணங்களை எண்ணிக்கொண்டிருந்தான். "யார் நீங்க?" என்று கேட்டேன். "ஜர்னலிஸ்ட்" என்றான். மேலும் சொன்னான். "இதுவரை 639 பிணங்களை எண்ணியிருக்கிறேன். நீங்களும் சேர்ந்து எனக்கு உதவி செய்யுங்கள். குறைந்தபட்சம் இந்தப் பிணங்கள் எவ்வளவு என்று எண்ணியாவது உலகுக்குச் சொல்லுவோம்." அப்போது அந்தப் பிணக்குவியலிலிருந்து ஒரு பிணம் எழுந்து நடந்து வந்தது. அதன் வயிற்றிலிருந்து வெளியே சரிந்திருந்த குடல் தலைப்பாகையால் இழுத்துக் கட்டப்பட்டிருந்தது. தள்ளாடித்தள்ளாடி நடந்து வந்த

3. "பாரதத்தின் புதல்வியைக் கொன்ற கூட்டத்தின் வம்சத்தை அழிப்போம்"

பிணம் அப்படியே எங்கள்மீது விழ வயிற்றில் கட்டப்பட்டிருந்த தலைப்பாகைத் துணி அவிழ்ந்து குடல் எங்கள் கைகளில் சரிந்தது. அதே சமயத்தில், யாரோ டமடமவென்று எதையோ தட்டும் ஓசை கேட்டது. கைதட்டல் சத்தமா என்று ஒரு கணம் சந்தேகம் எழுந்தது. அப்படியானால் நடந்தது நாடகமா? நாடகம் முடிந்து கைதட்டுகிறார்களா? பத்துப் பதினைந்து பறைகள் சேர்ந்து ஒலிப்பது போன்ற சத்தம். அலறிக்கொண்டு எழுந்தேன். எதிரே மீனா என்னை உலுக்கி எழுப்பிக்கொண்டிருந்தாள். "என்ன இது எவ்வளவு நேரம் எழுப்புவது? யாரோ கதவைத் தட்டுகிறார்கள். போய்ப் பார்ப்போம் வாருங்கள்" என்றாள்.

எழுந்து வந்து கதவைத் திறந்தேன். ரேக்கியும் அவன் அம்மாவும். அவர்களை உள்ளே அழைத்து கதவைச் சாத்திவிட்டு "என்ன ஆயிற்று? உங்கள் வீட்டுக்கு வந்தேன். வீடு பூட்டியிருந்தது. எங்கே போயிருந்தீர்கள்?" என்று பதட்டத்துடன் கேட்டேன்.

அவர்கள் இருவராலும் ஒன்றும் பேச முடியவில்லை. தண்ணீர் எடுத்துவந்து கொடுத்தேன். தண்ணீரைக் குடித்துவிட்டு சற்று ஆசுவாசமாகி ரேக்கியின் அம்மா பேச ஆரம்பித்தாள்.

கலவரம் ஆரம்பித்த உடனேயே எல்லோரும் ஓடிப்போய் 28ஆவது பிளாக்கிலுள்ள இந்துக்களின் வீடுகளில் ஒளிந்துவிட்டதாகவும், ஆனால் இன்று அங்கேயும் கும்பல் வந்து தேடுவதாகவும், இன்று பூராவும் இருவரும் அவர்கள் ஒளிந்திருந்த வீட்டின் ரஜாய் பெட்டியிலேயே மறைந்திருந்ததாகவும், இனிமேலும் அங்கே இருப்பது ஆபத்து என்று எண்ணியே ஓடிவந்துவிட்டதாகவும் சொன்னாள். உடனே போய் கத்தரிக்கோலை எடுத்து வந்து ரேக்கியின் நீண்ட முடியை வெட்டி ஒரு சுமாரான கிராப்பாக மாற்றினேன். அவன் அம்மா பார்த்துக்கொண்டிருந்தாள். ஒன்றும் சொல்லவில்லை. அவளிடமும் ரேக்கியிடமும் இனி உங்கள் பெயர் பிந்தியா, ரேக்கியின் பெயர் ராகேஷ் என்று சொல்லி, இனிமேல் இங்கிருந்து போகும்வரை ஸல்வாருக்கு பதிலாக புடவை கட்டிக்கொள்ளுங்கள் என்று கேட்டுக்கொண்டு, மீனாவிடம் அவளுக்குப் புடவை கொடுக்கச் சொன்னேன்.

மறுநாள் காலை ராணுவமும், போலீஸும் வந்தது. ஆனால் அவர்கள் வந்த பிறகும் ஜீப்புகளில் வந்த கும்பலை அவர்களால் ஒன்றும் செய்ய முடியவில்லை. இந்த முறை ஜீப்புகளில் வந்த கும்பல் வீடுகளை நோக்கிப் போகாமல், நேராக ரேஷன் கடைக்குப் போய் அந்தக் கடைக்காரரை சாவியுடன் அழைத்துவரச் செய்தது. அவர் வந்து சேர்ந்ததும் கடை திறக்கப்பட்டு, ரேஷன் கார்டு வைத்திருப்பவர்களின் பெயர்கள் மற்றும் முகவரி அடங்கிய ரெஜிஸ்தர் தேடி எடுக்கப்பட்டது. அதிலிருந்த பெயர்களை வைத்து, எந்தெந்த வீட்டு எண்கள் சீக்கியர்களுடையது என்று குறித்துக் கொள்ளப்பட்டது. அப்போதுதான் கூட்டத்தில் வேடிக்கை பார்த்துக்கொண்டிருந்த எனக்கு விஷயம் புரிய ஆரம்பித்தது. வீட்டு எண்களைக் குறித்துக்கொண்டு அந்தக் கும்பல் பக்கத்திலிருந்த

மண்ணெண்ணெய் கடையை நோக்கிச் சென்றது. அதற்குள் அந்தக் கடைக்காரரே கடையைத் திறந்து வைத்திருந்தார். மண்ணெண்ணெய் டிரம்களும், டின்களும் ஜீப்பில் ஏற்றப்பட்டன.

நான் வேகவேகமாய் ஓடிவந்து குருத்வாராவின் அருகே முகாமிட்டிருந்த ராணுவ சிப்பாய்களிடம் விஷயத்தைச் சொன்னேன். அதை அவர்கள் காதிலேயே போட்டுக் கொள்ளவில்லை. எங்களால் எதுவும் செய்வதற்கில்லை என்றார்கள். "கலவரம் செய்பவர்களைக் கண்டதும் சுடுவதற்கு உத்தரவிட்டிருப்பதாக டி.வி.யில் சொன்னார்களே?" என்று கேட்டேன். "அப்படியானால் போய் டி.வி.யில் கேளுங்கள்" என்று சொன்னார் ஒரு சிப்பாய். இதையெல்லாம் வேடிக்கை பார்த்துக் கொண்டிருந்த ஒரு வயதான போலீஸ்காரர் என்னைக் கூப்பிட்டு, "தம்பி... பிரதம மந்திரியைச் சுட்ட இரண்டு பேருமே போலீஸ்காரர்கள். அதனால் எங்கள் போலீஸ் துறையே பயந்துபோய்க் கிடக்கிறது. இறுதிச் சடங்கு முடிந்தபிறகு யார்யார் தலை உருளப் போகிறதோ என்று எங்கள் பெரிய அதிகாரிகளே பயந்து கொண்டிருக்கிறார்கள். இந்த நிலையில் நாங்கள் என்ன செய்ய முடியும்? நாங்கள் இந்தக் கும்பலைச் சுட்டால் எங்கள் கதி என்னவாகும்? எங்கள் வேலைக்கு என்ன உத்தரவாதம்? இந்தக் கும்பலில் இருப்பவர்களெல்லாம் யார் என்று நினைக்கிறாய்? எல்லாம் எங்கள் அதிகாரிகளுக்கே உத்தரவு போடுகிற கூட்டம். தெரியுமா உனக்கு? பேசாமல் போய் டி.வி.யைப் பார்த்துக்கொண்டு வீட்டுக்குள்ளேயே இரு" என்றார்.

போலீஸ்காரர் சொன்னதுபோல் வீட்டுக்குப் போகாமல் குருத்வாராவின் உள்ளே போனேன். முந்தின நாள் சந்தித்த கல்யாண்புரிக்காரர்களிடம் வாள், கம்பு என்று கொஞ்சம் ஆயுதங்கள் இருந்ததால், அவர்களிடம் சொல்லலாம் என்று நினைத்தேன். ஆனால் குருத்வாராவில் ஒரு ஈ, எறும்புகூட இல்லை. சுத்தமாக அத்தனை பேருமே கொல்லப்பட்டு விட்டார்களா? தப்பியிருந்தால் எங்கே போயிருக்க முடியும்? ஒன்றுமே புரியவில்லை. என்ன செய்வதென்று யோசித்துக் கொண்டிருக்கும் போதே அந்த ஜீப் கும்பல் ஒரு பெரிய கூட்டத்தை இழுத்துக்கொண்டு வந்தது. கூட்டத்தில் ஒரு பெண்கூட இல்லை. எல்லோரும் ஆண்கள். நான்கு ஐந்து வயதுக் குழந்தைகள்கூட இருந்தார்கள். அவர்கள் தலையில் டின் டின்னாக பெட்ரோலையும், மண்ணெண்ணெயையும் ஊற்றி நெருப்பு வைத்தார்கள். திமிறிக்கொண்டு ஓடியவர்களை நீண்ட அரிவாளால் வெட்டிச் சாய்த்தார்கள்.

திரிலோக்புரியில் ஒரு சீக்கிய ஆண்கூட மிஞ்சியிருக்க மாட்டான் என்று தோன்றியது. பிறகு ஜீப்புகள் கல்யாண்புரி ரோட்டில் பறந்தன.

மதியம் ராணுவத்தினர் ஒரு கொடி அணிவகுப்பு நடத்தினார்கள். அணிவகுப்பு முடிந்து ஒரு அரை மணி நேரத்திற்குள்ளாகவே ஜீப் கும்பல் எங்கள் மயூர் விஹாருக்குள் நுழைந்தது. கையிலிருந்த முகவரி நோட்டை வைத்துக்கொண்டு ஒவ்வொரு வீடாகச் சென்றது. அகப்பட்ட சீக்கியர்களைப் பிடித்து நடுரோட்டில் வைத்துக் கொளுத்தியது. எங்கள்

பக்கத்து வீட்டுக்கு வந்தது கும்பல். வீட்டில் இருந்தவர்கள் பஞ்சாபி இந்துக்கள். ஆனால் நம்பமறுத்தது கும்பல். பூஜை அறையையெல்லாம் காட்டினார்கள். அப்புறமாகத்தான் முகவரி நோட்டை வைத்திருந்தவர் "தர்பாரா சிங் கோன் ஹே?" என்று கத்தினார். உடனே அந்த வீட்டுக்காரர் "வோ இஸ் கர் கா மாலிக் ஹை. வோ திலக் புரி மே(ங்) ரெஹ்தா ஹை"[4] என்றார். "யே தோ பெஹலே போல்னா தா யார்"[5] என்று சொல்லிவிட்டு எங்கள் வீட்டை நோக்கி வந்தது கும்பல்.

அவர்கள் கேட்பதற்கு முன்னாலேயே ரேக்கியையும் ஜஸ்பீரையும் அழைத்து வந்து "இவர்கள் என் பாபி. பெயர் பிந்தியா. என் அண்ணன் ராணுவத்தில் இருக்கிறான். அவன் இவர்களை லவ் மேரேஜ் செய்துகொண்டான். இவன் அவர்களின் பையன் ராகேஷ். என் அண்ணன் இப்போது ஆக்ராவுக்கு ஸ்பெஷல் டியூட்டியில் போயிருப்பதால் இவர்கள் இங்கே எங்களுடன் தங்கியிருக்கிறார்கள்" என்று சொன்னேன். வந்திருந்த கும்பல் சற்று குழப்பத்துடன் பார்த்தது. கும்பலின் தலைவனைப் போலிருந்த ஆள் ரேஷ்மாவைப் பார்த்து "துமாரா நாம் க்யா ஹை?" என்று கேட்டான். அவள் பயத்துடன் என்னைப் பார்த்தாள். நான் "ரேஷ்மா" என்றேன். அந்த ஆள் ரேஷ்மாவின் தலையை வருடி, "க்யோ(ங்) டர்த்தி ஹோ, பேட்டீ? துமே ஹம் குச் நஹி கரோங்கே"[6] என்று சொல்லிவிட்டு என்னைப் பார்த்து "மதறாஸி பாபு... துமாரி கர் மே அப்னி காவ்(ங்)கி லட்கி ஆயி ஹை. உம்மீத் ஹை கி தும் ஜூட் நஹு போலோகே. அகர் ஏ ஜுட் நிகலா, துமேங் நஹி சோடேங்கே"[7] என்று எச்சரித்தான்.

அன்றைய இரவு டி.வி.யில் "இன்று பதினைந்துபேர் அல்லது அநேகமாக இருபதுபேர் இறந்திருக்கலாம். ஆனாலும் நிலைமை கட்டுக்குள்தான் இருக்கிறது" என்று தெரிவித்தார் போலீஸ் கமிஷனர். அடுத்து பேசிய கவர்னர் "நிலைமை கட்டுக்குள்தான் இருக்கிறது. இன்று எந்தவித அசம்பாவிதங்களும் நடக்கவில்லை என்று தகவல் கிடைத்திருக்கிறது" என்று சொன்னார். ஆனால் பி.பி.சி.யில் கேட்டபோது இன்றைய தினம்தான் இந்த மூன்று நாட்களிலேயே மிகவும் உச்சக்கட்ட கலவரங்கள் நடந்த தினமாகத் தெரிவித்தது. தீஸ் ஹஸாரி போலீஸ் மார்ச்சுவரியில் இருநூறு உடல்கள் கிடந்ததாகவும், கிழக்கு தில்லியில் ஷக்கர்பூர், கல்யாண்புரி, ஷாதரா, கிருஷ்ணா நகர், பட் பட் கஞ்ஜ், ஷிவ்புரி, சந்தர் நகர், காந்தி நகர், கீத்தா காலனி, துர்காபூர், பஜன்புரா, சீமாபுரி போன்ற இடங்களில் ஆயிரம்பேர்

---

4. "அவர் இந்த வீட்டுக்குச் சொந்தக்காரர். திலக்புரியில் இருக்கிறார்."

5. "இதை முன்னாலேயே சொல்லியிருக்க வேண்டாமா, நண்பா ?"

6. "ஏன் பயப்படுகிறாய் மகளே ? உன்னை ஒன்றும் செய்யமாட்டோம்."

7. "மதராஸி பாபு. உன் வீட்டுக்கு எங்கள் பகுதியைச் சேர்ந்த பெண் ஒருத்தி வந்திருப்பதாக தகவல். அநேகமாக நீ பொய் சொல்ல மாட்டாய் என்று நம்புகிறோம். சொல்லியிருப்பதாகத் தெரிந்தால், உன்னைச் சும்மாவிடமாட்டோம்."

கொல்லப்பட்டதாகவும் - ஆனால் அதே கிழக்கு தில்லியில் நத்து காலனி மற்றும் திர்லோக்புரி என்ற இரண்டு இடங்களில் மட்டுமே ஆயிரம்பேர் கொல்லப்பட்டதாகவும், மேற்கு தில்லியில் மங்கோல்புரி, சுல்தான்புரி, புத்விஹார் என்ற இடங்களிலும், வடக்கு தில்லியில் நரேலா, ஜஹாங்கிர்புரி என்ற இடங்களிலும் பல காலனிகளில் ஒரு ஆண் கூட விடப்படாமல் அத்தனை ஆண்களும் கொல்லப்பட்டதாகவும், ரயில்களில் வெறும் பிணங்களே வந்து சேர்ந்ததாகவும், புதுதில்லியைத் தவிர, மற்றபடி தில்லி முழுவதிலும் போலீஸே இல்லாதது போன்ற தோற்றத்தைத் தருவதாகவும், எங்காவது ஓரிரண்டு இடங்களில் தென்படும் ராணுவம்கூட எதுவும் செய்ய முடியாமல் வெறும் பார்வையாளர்களாகவே நின்றுகொண்டிருப்பதாகவும் பி.பி.சி.யில் சொன்னார்கள்.

காலையில் எழுந்து திர்லோக்புரி சென்றேன். சாலைகளிலும் தெருக்களிலும் கருகிய உடல்களும், அடித்துக் கொல்லப்பட்ட உடல்களும், துண்டு துண்டாக வெட்டப்பட்ட உடல் உறுப்புகளும் இறைந்து கிடந்தன. கிட்டத்தட்ட ஐநூறு உடல்களாவது இருக்கலாம் என்று தோன்றியது. 27 ஆவது பிளாக்கின் எல்லா வீடுகளுமே எரிந்து கரிக்கட்டைகளாக நின்றன. ரேக்கியின் வீடும் தப்பியிருக்கவில்லை. சுற்றிச் சுற்றி வந்து 28ஆவது பிளாக்குக்கு வந்து சேர்ந்தேன். ராணுவ லாரிகளில் உடல்களை எடுத்துப் போட்டுக் கொண்டிருந்தார்கள். அப்போதுதான் அந்தக் காட்சியைப் பார்த்தேன். அதை ஒரு குடிசை என்று சொல்ல முடியாது. ஷெட் அல்லது கூடாரம்... அல்லது அதை எப்படிச் சொல்லலாம் என்றே தெரியவில்லை. கையில் கிடைத்ததையெல்லாம் வைத்து அந்தக் கூடாரம் கட்டப்பட்டிருந்தது. சுற்றிலும் மரப்பலகைகள்... மேலே தார்ப்பாலின். பலகை இல்லாத இடங்களில் முள்வேலி, தகரம். நேற்று இரவு எரிக்கப்பட்டிருக்க வேண்டும். பிணங்களை அப்புறப்படுத்திக் கொண்டிருந்த ராணுவ சிப்பாய்கள் முழுக்கவும் எரிந்துபோன அந்தக் கூடாரத்தை அதிர்ச்சியுடன் பார்த்துக்கொண்டிருந்தார்கள். நெருங்கிப்போய்ப் பார்த்தேன். மேலே போடப்பட்டிருந்த தார்ப்பாலின் எரிந்து மொட்டையாக இருந்தது. மேலே ஒரு ஓரத்தில் நான்கைந்து பலகைகள் செருகப்பட்டு கீழே அதற்குப் பிடிமானமாக ஒரு கம்பு நடப்பட்டிருந்தது. முழுக்க எரிந்திராத அந்தக் கம்பில் தொங்கி நின்றது பலகை. பலகையின் மேல் முழங்காலை கைகளால் கட்டிக்கொண்டு முழங்கால்களுக்கிடையே முகத்தைப் பதுக்கிக்கொண்டு அமர்ந்த நிலையில் இருந்தன இரண்டு சிறிய உடல்கள். ஒரு குழந்தைக்கு நான்கு வயது இருக்கலாம். மற்றொரு குழந்தைக்கு ஆறு அல்லது ஏழு இருக்கலாம். ஒரு இளம் சிப்பாய் அந்தக் காட்சியைப் பார்த்து முகத்தை மூடி அழுதுகொண்டிருந்தான். எரிந்து நின்ற கதவை உதைத்துத் திறந்தபொழுது உள்ளே - ஒரு அறுபது வயது மதிக்கத்தக்க ஒருவர் அந்தக் குழந்தைகளை நோக்கி ஒரு கையை உயர்த்தியபடி நின்றுகொண்டிருந்தார் - உடல் கருகிய நிலையில். அந்த பிளாக்கிலிருந்த அத்தனைபேரும் அங்கே கூடி

விட்டார்கள். பிணங்களையே பெரும் எண்ணிக்கையில் பார்த்துப் பார்த்து செத்துப்போயிருந்த உணர்வுகள் திடீரென்று உயிர் பெற்று அதிர்ந்தன. நேற்று மாலை ஒரு இந்துவின் வீட்டில் ஒளிந்திருந்த இந்த சீக்கியக் கிழவரும், அவருடைய பேரன்களும் ஜீப்பில் வந்த கும்பலால் கண்டுபிடிக்கப்பட்டு, அவர்கள் துரத்தத் துரத்த ஓடி வந்து இந்தக் குடிசையில் ஒளிந்ததாகவும், துரத்தி வந்த கும்பல் அதற்குமேல் குடிசையில் போகாமல் "அச்சா ஹுவா! இன் கோ ஜலாகே இதர் ஹீ லோடி* பனாயேங்கே"[8] என்று சொல்லி அந்தக் குடிசையையே கொளுத்திவிட்டுவிட்டதாகவும் சொன்னார்கள் அந்தக் காலனிவாசிகள்.

பிணங்கள் அப்புறப்படுத்தப்படுவதையும், தொடர்ந்து வந்து கொண்டிருந்த ராணுவ லாரிகளையும் பார்த்த பிறகு அந்த பிளாக்கில் ஒளிந்திருந்து மிஞ்சிய பெண்களும் குழந்தைகளும் ஒவ்வொரு வீட்டிலிருந்தும் வெளியே வந்தார்கள். தங்கள் வீட்டு ஆண்கள் அத்தனை பேரையும் இழந்து அழுதுகொண்டிருந்த அவர்களையும் ராணுவத்தினர் தங்கள் லாரிகளில் ஏற்றிக்கொண்டு சென்றார்கள்.

வீட்டுக்கு வந்தேன். 27ஆவது பிளாக் முழுவதும் எரிந்துவிட்ட செய்தியை ரேக்கியிடமோ, அவன் அம்மாவிடமோ சொல்லவில்லை. "தீன்மூர்த்தி ஹவுஸில் அடைபட்டிருந்த தலைவர்கள் இன்று கலைந்திருப்பார்கள். நாளை நிலைமை சீரடையலாம் என்று தோன்றுகிறது" என்று மீனாவிடம் சொல்லிக்கொண்டிருந்தபோது கதவை யாரோ விரல் நுனியால் தட்டுவதுபோல் சத்தம் கேட்டது. இவ்வளவு நாசுக்காக கதவைத் தட்டுவது யார் என்று யோசித்துக்கொண்டே கதவைத் திறந்தால் - நேற்றைக்கு முன்தினம் வந்துபோன அதே கும்பல்.

"அரே... ஏ... மதறாஸி! தும்னே ஹமே(ங்) தோகா தியா?" (மதறாஸி நீ எங்களை ஏமாற்றிவிட்டாய் அல்லவா?) என்று சொல்லி ஒருவன் என் கன்னத்தில் அறைந்தான். மற்றொருவன் "நஹி பாய்... இஸ் மதறாஸி கோ சோடோ... கஹாங் ஹை ஸர்தார்?" (இந்த மதறாஸியை விட்டுவிடு. அந்த சர்தார் எங்கே) என்று சத்தமாகக் கேட்டான். வெளியே நடந்த சச்சரவைக் கேட்டு வீட்டிலிருந்த அனைவரும் வெளியே வர, கும்பலில் ஒருத்தன் ரேக்கியின் கழுத்தைப் பிடித்து தள்ளிக்கொண்டு போனான். தள்ளிய வேகத்தில் கீழே விழுந்த ரேக்கியின் மூக்கு உடைந்து ரத்தம் கொட்டியது. ரத்தத்தைப் பார்த்ததும் கும்பலின் வெறி கூடியது. கையில் ஒரு டின்னை வைத்திருந்த ஒருவன்

---

8. 'நல்லதாகப் போயிற்று. இவர்களை இங்கேயே வைத்து லோடி* கொண்டாடி விடுவோம்'

* லோடி - போகிப் பண்டிகை அன்று தமிழ்நாட்டில் பழைய பொருட்களையெல்லாம் போட்டுக் கொளுத்தி கொண்டாடுவதுபோல் வடநாட்டின் போகி லோடி. பஞ் சாப் கிராமங்களில் இந்துக்கள் தங்கள் வீடுகளிலேயே சாராயம் காய்ச்சிக் குடித்துவிட்டு, பழைய பொருட்களைக் கொளுத்தி, அதைச் சுற்றி நின்று நடனமாடி லோடியைக் கொண்டாடுவது வழக்கம்.

"இதர் ஹீ லோடி பனாயேங்கே"[9] என்று சொல்ல மற்றொருவன் "நஹி பையா... பெட்ரோல் காஃபி நஹீ(ங்) ஹை. சடக் பர் ஔர சார் லோக் ஹை. சப்கோ மிலாகே லோடி பனாயேங்கே. ஏக் ஏக் கர் கே பெட்ரோல் கோ கதம் நஹி கர்னா"[10] என்று சொல்லிக்கொண்டே ரேக்கியை ஜீப்புக்குள் தூக்கிப்போட்டு ஜீப்பைக் கிளப்பினான் ஒருவன். கும்பலும் ஜீப்புக்குள் ஏறிக்கொண்டது.

ஜஸ்பீரும் மீனாவும் ஜீப்பை துரத்திக்கொண்டே ஓட அவர்களின் பின்னால் ஓடிய ரேஷ்மாவைத் தூக்கிக்கொண்டு செயலற்று நின்றேன் நான்.

சுபமங்களா - செப்டம்பர், 1993

(9) "இங்கேயே லோடி கொண்டாடிவிடலாம்"

(10) 'வேண்டாம்... நம்மிடம் பெட்ரோல் அதிகம் இல்லை. ரோட்டில் வேறு இன்னும் நான்கு பேர் இருக்கிறார்கள். எல்லோரையும் ஒன்றாகச் சேர்த்து லோடி கொண்டாடுவோம். ஒவ்வொருத்தருக்காக தனித்தனியாக பெட்ரோலை வீணடிக்கக்கூடாது.'

மதுமிதா சொன்ன பாம்பு கதைகள்

பாம்பு 1

வாழ்க்கையில் ஒரே ஒரு கொலையாவது செய்தவர்கள் -
ஒரே ஒரு பெண்ணையாவது கற்பழித்தவர்கள் -
பிக்பாக்கெட்காரரர்கள் -
ரயிலில் பிஸ்கோத்து கொடுத்தவர்கள் -
கள்ளப் புருஷனுக்காக அஃபிஷியல் புருஷனை ஆள் வைத்து அடித்துக் கொன்றவர்கள் -
டிரைவர்கள், போலீஸ்காரரர்கள், ஆசிரியர்கள், மல்யுத்த வீரர்கள், நர்சுகள், குறவர்கள், வெட்டியான்கள், அலிகள், போதை மருந்து அடிமைகள், மனநோயாளிகள், பத்திரிகை நிருபர்கள், மந்திரிகள், மந்திரிகளின் வைப்பாட்டிகள், விபச்சாரிகள், பூசாரிகள், தொழிலதிபர்கள், ரவுடிகள், விதவைகள், சினிமா நடிகைகள், கன்னிகா ஸ்திரீகள், பாதிரிகள், மனித வெடிகுண்டுகள், தெருவோரத்துப் பாடகர்கள், மாமாக்கள், மாமிகள் என்று யார் வேண்டுமானாலும் இலக்கியம் எழுதலாம் என்கிறபோது ஒரு கமர்ஷியல் ரைட்டர் மட்டும் ஏன் இலக்கியம் எழுதக் கூடாது என்று காக்கஃபோனிக்ஸிடம் கேட்டேன். அது உன்னால் முடியாது என்றான். எழுதிக் காட்டுகிறேன் பார் என்று சவால் விட்டு விட்டு, அதையும் நான் சொல்லச் சொல்ல நீதான் எழுதப் போகிறாய் என்றேன். காக் (இனி அவனைச் சுருக்கமாக அப்படியே அழைக்கப்போறேன்.) அதற்கு உடனடியாக

ஒத்துக்கொண்டதிலேயே அவனிடம் என்னை அவமானப்படுத்தும் உள்நோக்கம் ஒளிந்திருப்பதையும் புரிந்து கொண்டேன். நீயே இலக்கியம் எழுதுகிறபோது நான் அதற்கு ஸ்க்ரைபாக இருப்பதில் ஆட்சேபணை யில்லை என்று அவன் சொல்லாமல் சொல்கிறான். அந்த ஏகாரத்தில் ஒளிந்திருக்கிறது ஏளனம்.

இலக்கியத்தைப் பற்றி அவன் எப்படியெப்படியெல்லாம் புரிந்து வைத்திருக்கிறான். மொழியைத் திருகி முறுக்கி அதன் குரல் வளையை நெறித்து விழி பிதுங்க வைத்துவிட்டால் அது இலக்கியம். இல்லா விட்டால் அது இலக்கியம் இல்லை. அது நியூஸ் பேப்பர் ரிப்போர்ட் டிங், ஆச்சரியம்தான்.

ரிப்போர்ட்டிங் இலக்கியம் இல்லையா? இன்று காலையில் படித்த செய்தி ஒன்று ஒரு சோக காவியமாக என் மனதைப் பிழிந்து எடுக்கிறது?

பல்லாவரத்திலிருந்து வந்துகொண்டிருந்த லாரி ஒன்று கே.கே. நகர் ஈ.எஸ்.ஐ. காம்பவுண்டு சுவர் மீது மோதி அங்கே சாலையோரத்தில் தூங்கிக்கொண்டிருந்தவர்கள் மீது ஏறி விட்டது. உடல் நசுங்கிச் செத்தவர்கள், குத்துயிரும் குலை உயிருமாய்ப் பிழைத்தவர்கள், ஆஸ்பத்திரிக்குக் கொண்டுசெல்லும் வழியிலேயே செத்தவர்கள் பெயர்கள் வயது விபரமெல்லாம் பத்திரிகையில் போட்டிருந்தது. குழந்தைகள். பெண்கள். ஆண்கள். அலிகள் என்ன பாவம் செய்தார்கள் சாமி? ராமன் வனவாசம் போகிறான். அவன் பின்னால் அயோத்தி மக்களும் போகிறார்கள். வழியில் ஒரு நதியைக் கடக்கும் வேளையில் திரும்பிப் பார்த்த ராமன் ‘நீங்களும் என் கூடவே வந்தால் அது வனவாசமாகாது. வனமே அயோத்தியாகி விடும். எனவே குழந்தைகளே... பெண்களே... ஆண்களே... தயவு செய்து திரும்பிச் செல்லுங்கள்’ என்கிறான். வனவாசம் முடிந்து திரும்பி வரும்போது அந்த நதியின் கரையில் எலும்புக்கூடுகளாய் சிலரைப் பார்க்கிறான் ராமன். வயிற்றில் புளியைக் கரைத்து ரசம் தயாராக அவர்களிடம் கேட்கிறான். ‘நீங்கள் யார்?’ ‘நாங்கள் அலிகள்’. உனது விளிப்பில் அலிகளை விலக்கிவிட்டாயே ராமா? வரலாற்றிலிருந்து விலக்கப்பட்டவர்கள் அலிகள் மட்டுமா? எவ்வளவோ மனிதத் தொகுதிகளை வாழ்வின் கதியிலிருந்து விலக்கி வைத்திருக்கிறோம். நீ எழுதிக்கொண்டிருக்கும் காகிதத்தின் மார்ஜினைப் போல் அவர்கள் காலங்காலமாக விளிம்பில் கிடக்கிறார்கள். இவர்களைப் பற்றி நினைக்கும்போது இலக்கியம் என்பதே அரசகுல மாந்தரின் ஒரு அந்தப்புரப் பொழுதுபோக்காகவே எனக்குத் தோன்றுகிறது. இந்த ராஜாக்கள்ளாம் கொடுத்து வச்சவனுங்க தான். ஆயிரம் பேரைப் போட்ருக்கானுங்களே. நமக்கானால் ஒரு பெண்ணைப் போடுவதற்கே நாக்கில் நுரை தள்ளிவிடுகிறது. ராத்திரி வந்து

விடுமே என்று எத்தனை தினங்கள் பயந்திருக்கிறேன். நடுங்கி யிருக்கிறேன். சாமானே எழும்பாது. கடவுளே எனக்கு ஏன் இந்த வேதனை? அவள் நெருங்கியதுமே சாமான் பெட்டிப் பாம்பாய் சுருங்கி உள்ளொடுங்கி மறைந்துவிடுகிறது. கொட்டைப் பாக்கு சைஸில் பயந்து போய்க் கிடக்கும் அதை வைத்துக்கொண்டு எதைப் புடுங்குவது?

நீ ஒரு அலிப்பயல்.

ஆனால் விவாகரத்துக்கு இது காரணமாகச் சொல்லப்படவில்லை. எனது மனோவக்கிரங்களும் காரணமாகச் சொல்லப்படவில்லை. வாக்கியங்களுக்கு இடையே ஒளிந்து கொண்டிருக்கிறது உண்மை. அட, எனக்குக்கூட இலக்கியம் எழுத வருகிற தே. well done. ரெண்டாங் கல்யாணத்துக்குப் பிறகு வசந்தன் கேட்டான். 'எப்படியிருக்கு வாழ்க்கை? என்ன பண்றே?' Fucking. Fucking, Fucking. 'அப்படியா?' 'ஏன்?' 'இல்ல.... நீ ஒம்போதுன்னில்ல ஊரெல்லாம் பேச்சாக் கிடக்கு?' 'நானே அப்படித்தான் நெனச்சுட்டிருந்தேன். கொட்டைப் பாக்கு இவ்வளவு நீண்ட கருநாகமாய் மாறுமென யார்தான் நினைத்திருக்க முடியும்? SEX IS IN THE BRAINடா. உன் வாய் நாறுகிறது என்றாள் அவள். மதுமிதாவிடம் கேட்டேன் ஏன் வாய் நாறுகிறதா கண்ணே என்று. 'அப்படியா? என் வாய்கூட நார்றதுடா. அதுக்குக் காரணம் வயிறுதான். வா, சித்தா டாக்டரைப் பார்க்கலாம்' என அழைத்துச் சென்றாள், ஒரு குழந்தையை இட்டுச் செல்வதுபோல். மூணே நாளில் மாயமாப் போச்சு நாத்தம்.

உன் வியர்வை நாறுகிறது.

உன் பீ நாறுகிறது.

உன் மூத்திரம் நாறுகிறது.

உன் சொல் நாறுகிறது.

உன் அக்குள் நாறுகிறது.

உன் கவுட்டி நாறுகிறது.

உன் நடை நாறுகிறது.

உன் உடை நாறுகிறது.

உன் சுவாசம் நாறுகிறது.

நீ அசிங்கம்.

நீ ஆபாசம்.

நீ கோணல்.

நீ வக்கிரம்.

நீ பைத்தியம்.

நீ சைத்தான்.

நீ கோழை.

நீ ஒழுக்கங்கெட்டவன்.

நீ நயவஞ்சகன்.

நீ திருடன்.

நீ அயோக்கியன்.

நீ நபும்ஸகன்.

உன் மூளை மலக்கிடங்கு.

உன் சொற்கள் மலப்புழுக்கள்.

நீ தண்டிக்கப்பட வேண்டியவன்.

உன் குறியை அறுக்க வேண்டும்.

உன்னை வெட்டிக் கூறு போட வேண்டும்.

மாறுகால் மாறுகை வாங்க வேண்டும்.

சாகும் வரை உன்னைப் பட்டினி போட வேண்டும்.

நீ பாவி.

எந்தத் தண்டனையும் உன் பாவத்திற்கு ஈடாகாது.

உனது பிணம்கூட தண்டிக்கப்பட வேண்டும்.

அழுகி நாற்றமெடுத்துப் புழுவாய்ப் புழுத்துச் சீரழிய வேண்டும்.

நீ ஒரு சாக்கடை எலி.

நீ தின்பது மலம்.

உனது குடலை உருவ வேண்டும்.

கண்களைத் தோண்டி எடுக்க வேண்டும்.

உன் ஆசன வாயில் மின் கம்பியைச் சொருகவேண்டும்.

I HATE YOU BASTARD

நானும் இவ்வாறாகவே நம்பத் தலைப்பட்டேன். பிறகுதான் மதுமிதாவைச் சந்தித்தது. அவளோ நீ கடவுள் என்றாள். உன் தேகத்தில் கஸ்தூரி மணம் கமழ்கிறது உன்னை அணு அணுவாய் முத்தமிடுவேன் கால்விரல்களிலிருந்து உச்சந்தலை வரை உனது

மணம் மோகவெறி கொள்ளச் செய்கிறது காமக் கடவுள் நீ கண்களை மூடி உனது மனத்தை முகர்ந்துகொண்டே இருக்க விரும்புகிறேன் கிறங்கச் செய்கிறது உனது மனம் நிலை தடுமாறச் செய்கிறது உன்மத்தம் கொள்ளவைக்கிறது உனது முத்தம் சிலிர்க்கச் செய்கிறது உனது பார்வை தேகமெங்கும் ஊடுருவுகிறது மயக்குகிறது உனது சிரிப்பு உனது வாயில் மதுவை நிரப்பி எனது வாய்க்குள் செலுத்துகிறாய் உன்னை என்னுள் செலுத்தி மூச்சுத் திணற அடிக்கிறாய் கிளர்ச்சியின் உச்சம் எனது நாடி நரம்புகளிலெல்லாம் பரவுகிறது இன்பத்தின் எல்லையில் நின்று கதறுகிறேன் தேகமே தீப்பிழம்பாய் மாறி எரிமலை வெடிப்பாய் குழைந்து ஓடுகிறது வானுயர அலைகள் எழுந்து இந்த உலகத்தையே தனது ராக்ஷச நாவுகளுக்குள் சுருட்டிக் கொள்கிறது மின்னல் வெடிப்பு இரண்டாய்ப் பிளக்கிறது வானம் கிழிபட அருவியாய்க் கொட்டுகிறது மழை சுழன்று அடிக்கிறது சூறை இவ்வளவுக்குப் பிறகும் கூட கழிப்பறைக்குச் சென்றால் குறியின் விரைப்பில் மூத்திரம் வராது. 'செம ரீல்டா மச்சி' என்கிறான் காக். செக்ஸைப் பற்றிக்கூட ஒன்றுந் தெரியாத இவனெல்லாம் என்ன இலக்கிய மயிரைப் பிடுங்கப் போகிறானோ? இவன் இலக்கியத்துக்காக செலவிட்ட நேரத்தைவிட நான் எனது பாதங்களுக்காகச் செலவிட்ட நேரம் அதிகம். பெடிக்யூர்: முதலில் கால் பாதங்களை சோப்பு போட்டு வெந்நீரில் கழுவி விடுவாள். பிறகு பேசினில் மீண்டும் வெந்நீரை நிரப்பி என் பாதங்களில் Vaselineஐத் தடவி வெந்நீருக்குள் பாதங்களை மூழ்கப் பண்ணுவாள். ஒரு பத்து நிமிடம் கழித்து பிரஷ்ஷினால் நகங்களில் மிருதுவாய்த் தேய்ப்பாள். Pumice Stoneஐக் கொண்டு பாதத்தின் அடிப்பகுதியையும் குதிகால்ப் பகுதியையும் சீராகத் தேய்ப்பாள். பிறகு வெள்ளைத் துணியால் பாதங்களை நன்கு துடைத்துவிட்டு ஹீல் கார்ட் க்ரீமைத் தடவி விடுவாள்.

ஒரு சில தினங்களிலேயே குதிகால்களில் இருந்த வெடிப்புகள் சிசுவின் கன்னங்களாய் மாறிப்போனது. முகத்துக்கு என்று எடுத்துக்கொண்டால் பெரிய நாவலே எழுதலாம் என்பதால் சாம்பிளுக்கு ஒன்று சொல்கிறேன்.

பொதினா

ஆப்பிள்

வாழைப்பழம்

கேரட்

கஸ்தூரி மஞ்சள்

குங்குமப் பூ

வெள்ளரிக்காய்

எல்லாவற்றையும் அளவாக எடுத்து அரைத்துக் கூழாக்கி

அதில் முல்தானி மட்டியைக் கலந்து அளவாய் தேனும் பாலாடையும் கலந்து ஃபிரிட்ஜில் வைத்துவிட வேண்டும் இப்போது cleansing liquid ஐ பஞ்சில் எடுத்து முகத்தைத் துடைக்க வேண்டும். பிறகு steamer இல் முகத்தைக் காட்டி முகத்துக்கு ஸ்டீம் பாத் கொடுக்க வேண்டும். மின் சாதனம் என்பதால் அதற்கான எச்சரிக்கைகள் தேவை. பிறகு முகத்தைத் துடைத்துவிட்டு ஃபிரிட்ஜில் வைத்திருந்த க்ரீமை எடுத்து முகத்தில் பூசி (கண்களைத் தவிர) பதினைந்து நிமிடங்கள் வைத்திருக்க வேண்டும். பேசக்கூடாது. முகத்தை அதிகம் அசைக்கக்கூடாது. படுத்தபடி ஓய்வெடுக்கலாம். பிறகு கழுவிவிட்டு டிஷ்யூ பேப்பரால் முகத்தைத் துடைக்க வேண்டும். இதற்குப் பிறகு அன்றைய தினம் முகத்துக்கு சோப்பு உபயோகிக்கக் கூடாது.

உடலை ஆராதிக்க ஆயிரம் வழிகள் கற்பித்தாள் மதுமிதா.

i invented my body through madumita i invented my body through madumita
i invented my body through madumita i invented my body through madumita
i invented my body through madumita i invented my body through madumita
i invented my body through madumita i invented my body through madumita
i invented my body through madumita i invented my body through madumita
i invented my body through madumita i invented my body through madumita
i invented my body through madumita i invented my body through madumita
i invented my body through madumita i invented my body through madumita
i invented my body through madumita i invented my body through madumita
i invented my body through madumita i invented my body through madumita

மதுமிதா சொன்னாள் நான் எழுத்தாளியானால் நான் எழுதப் போகும் முதல் புத்தகம் - MY SEXUAL EXPERIMENTS WITH MADUMITA (இந்த மதுமிதா என்னைக் குறிப்பது) 'சே... குடும்பமே பயங்கரமான போர்னோ குடும்பமா இருக்கும் போல்ருக்கே...'

எழுது... இதையும் எழுது... நமது நிபந்தனையை மீறி பிரதியின் இடையே புகுந்து நீ முணுமுணுப்பதையும் எழுது.

YOU ARE A GREAT FUCKERL டா

என்பாள் வியப்பும் ஆச்சரியமுமாக. இருட்டுக்குள் நடந்த கோழிப்புணர்ச்சியெல்லாம் பழங்கதையாய்ப் போனது. பயம் வெட்கம் அவதூறு அவமானம் கோபம் சீற்றம் கொலைவெறி

ததும்பும் சொற்கள் அதிகாரம் குரூரம் எல்லாம் அந்த அறையின் காற்றிலேயே பரவியிருந்ததாய்த் தோன்றியது. துவேஷத்தில் இறுகிக் கிடக்கும் கட்டைச் சவத்தை எப்படிப் புணர்வது? பாலை வெம்மையில் சுனையின் ஊற்றுக் கண்களே தீய்ந்து கிடந்தன.

மதுமிதாவின் நிர்வாணம் ஒளியைப் பாய்ச்சுகிறது. ஆடியில் எங்கள் தேகங்களையே வேற்றுருவங்களாகப் பார்த்து கிளர்ச்சி யுறுகிறோம். நமஸ்கரிப்பதைப் போல் கீழே சரிந்து இறங்கி எனது உறுப்பைச் சுவைக்கிறாள் மதுமிதா. அவளைக் கீழே கிடத்தி அணு அணுவாய்ச் சுவைக்கிறேன். நாவினால் அவளுக்குச் சென்று துழாவுகிறேன். என்னைக் கீழே தள்ளி அவள் இப்போது என்மீது படர்கிறாள். டங். டங். டங். டங். பங். டங். டங். டங். டங். டங். டங். டங். டங். டங். டங். டங். உங். டங். டங். டங். டங். டங் டங். டங். டங். டங், டங். டங். டங். டங். டங். டங். டங். டங். ஆர்கஸ உச்சத்தில் மயங்கிச் சரிகிறாள். திரும்பவும் பிரக்ஞை கொண்ட அவளைக் கீழே சரித்து அவளுக்குள் நுழைகிறேன். இடியாய் இறங்குகிறாய் என்று முணங்குகிறாள். மாற்றி மாற்றி மாற்றி மாற்றி பல்வேறு யோக முத்திரைகளில் இயக்கம் தொடர்கிறது. மூன்று மணி நேரம் கலவி கொண்டோம் என்றால் நம்ப மறுக்கிறான்.

ஆனால் அவள் என்னை என் கனவுகளிலும் பின் தொடர்ந்து வந்து கள்ளத்தனமாய் உளவு பார்ப்பது என்னை சங்கடப்படுத்துகிறது. பாதுகாப்பற்றவனாய் உணர வைக்கிறது.

அனுஷாவின் வயது 13தான். என்றாலும் இந்தா பிடி. இந்தா பிடி என்பது போல் முலைகள். (மை குட்னெஸ்.... சுகனின் கதை வேறு ஞாபகத்தில் வந்து தொலைக்கிறதே!) அவளை தான் கொஞ்சங் கொஞ்சமாய் ஸெட்யூஸ் பண்ணினேன். முதல் நாள் செஷனிலேயே அவள் பெரியவளாகிவிட்டாள். செட்யூஸ் பண்ணிய விபரத்தையெல்லாம் சொன்னால் இந்தக் கதை நாவலாகி விடும் என்பதால் அதை உங்கள் கற்பனைக்கே விட்டு விடுகிறேன்.

ஒரு நாள் இரவு மதுமிதா களைப்புடன் உறங்கிவிடவே நான் அனுஷாவுடன் கனவுக்குள் நுழைந்தேன். காலையில் எழுந்தபோது மதுமிதாவின் முகம் வாட்டமாய் இருக்கவே என்ன விஷயமெனக் கேட்டேன். நீ ஒரு பெண்ணுடன் இருப்பதாகக் கனவு கண்டேன் என்றாள். எனது கனவுக்குள் அத்துமீறி நுழைந்து உளவறிந்துவிட்டதை எண்ணி ஆச்சரியமும் அச்சமும் கொண்டேன். அன்றிலிருந்து கனவுகளைத் தடை செய்தேன். ஆனால் அது வேறோர் விதத்தில் பிரச்சினை கொடுத்தது நித்திராலோகத்தில் நுழைய கனவுகள் மட்டுமே இதுவரை எனக்குத் திறவுகோலாயிருந்து வந்திருந்ததால் இப்போது

கனவுகளின்றி அதனுள் நுழைய முடியாமலாயிற்று. மாற்றுச் சாவி போடும் வழி குறித்து யோசித்துப் புரண்டு கொண்டிருந்த ஒரு நாள் இரவு ஏதோ ஒரு மிருகத்தின் அவலக்குரல் கேட்டது. எழுந்து போய்ப் பார்க்க பயமாக இருந்தது. இந்த இடத்தில் பாம்புகள் அதிகம். மழை வேறு சிணுங்கிக்கொண்டிருந்தது. பாம்பு வருவதை அதன் மணத்தை வைத்தே கண்டுபிடித்துவிடுவாள் மது. தாழம்பூ வாசம் வீசினால் அது அரவத்தின் அறிகுறி. இங்குள்ள பாம்புகள் எதுவும் இதுவரை அத்துமீறியதில்லை. தாழம்பூ மணத்தைப் பரவவிட்டபடி. அவை பாட்டுக்கு வரும் போகும். பெரிய பாம்புப் பண்ணையே இருப்பது போல் விதவிதமான பாம்புகள் காணும். ஆனால் கீரிப் பிள்ளைகளுக்கு என்னவோ பாம்புகள் என்றால் ஜென்மப் பகை. சிலிர்த்துக்கொண்டு சண்டைக்குப் போகும் உன்னைக் கொல்லாமல் விடமாட்டேன் என ஆர்ப்பாட்டம் செய்யும். ஒரு நாள் கிணற்றுக்குப் பக்கத்தில் நாகம் ஒன்று கழுத்தில் கடிபட்டு செத்துக்கிடந்தது. நாகங்களின் கல்வி அற்புதமானது. காமக் கடவுளர்களின் கலவி. போகத்தின் குறியீடு. தந்திர யோகம் முத்திரை.

பாங்காக் போயிருந்தபோது பாம்பின் சிரசுக்குக் கீழே கீறி ரத்தத்தை ஒரு கிளாசில் பிடித்து இளஞ்சூட்டுடன் விற்பதை வாங்கிப் பருகியிருக்கிறேன். இனிய சுவை. ஆனால் இந்தக் குரங்குகளின் சிரசையும் இளநீர் சீவுவதைப் போல் சீவி அதன் மூளையை லஸ்ஸி கடைவதைப் போல் கரண்டியால் ஒரு கலக்கு கலக்கி ஒரு ஸ்ட்ரா போட்டுக் கொடுக்கிறார்கள். குடித்துப் பார்த்தேன். பிரமாதமான ருசி. ஆனால் இந்த மரண ஓலம் ரம்பத்தைப் போல் என் நெஞ்சை அறுத்துக்கொண்டு போகிறது. இரவு முழுவதும் கேட்டுக்கொண்டே இருந்தது. விடிந்ததும் எழுந்து கிணற்றில் எட்டிப் பார்த்தேன். எனது முகமே தெரிந்தது. ஓலம் இப்போது அருகாமையில் கேட்டது. பூனையின் சத்தமெனத் தெரிந்தது. குரல் வரும் திசையை அனுமானித்தபடி சென்றேன். பக்கத்து வீட்டுக் கிணறு. எட்டிப் பார்த்தேன். ஒரு பூனைதான். கிணற்று உறையின் விளிம்புகளில் கால்களை வைத்துக்கொண்டு கதறிக்கொண்டிருந்தது. பின்னங்கால்கள் தண்ணீருக்குள் மூழ்கியிருக்க முன்னங்கால்கள் உறையின் மேல் பக்க விளிம்பைப் பற்றியிருந்தது. பக்கத்து வீட்டில் ஆட்கள் இல்லை. மது மது என்று கத்தினேன். ஓடி வந்து பார்த்த அவள் அதே வேகத்தில் ஓடிப் போய் வாளியும் கயிறும் கொண்டு வந்தாள். பூனைக்கு தைரியம் சொன்னாள். அவள் குரலைக் கேட்டு மேலும் கதறியது பூனை. எனக்குக் கைகால்கள் நடுங்கத் துவங்கின. ப்ளூ க்ராஸுக்கு போன் செய்தேன். ஒரு மணி நேரத்தில் வந்துவிடுவோம் என்றார்கள். அவ்வளவு தூரம் அந்த இடம். பூனைக்கு தைரியம் சொல்லிக்கொண்டே வாளியை இறக்கினாள் மது. வாளியை அதன் அருகே கொண்டு போனாள்.

மேலும் பயம் கொண்ட பூனை தாவி கிணற்றில் விழுந்து நீந்தியது. மீண்டும் உறையின் விளிம்புகளைப் பிடித்துக்கொண்டு மேலே பார்த்துக் கதறியது. அதன் கண்களில் உயிரின் ஒளி பளிச்சிட்டது. ஐயோ என் செல்வமே என் குலவிளக்கே என் குட்டிப் பெண்ணே தைரியமாக இரு செல்லமே இதோ அம்மா உன்னை மேலே எடுத்துவிடுகிறேன் உன்னைச் சாக விடமாட்டேன் என்றெல்லாம் பேசியபடி. மீண்டும் வாளியை விட்டாள் மதுமிதா. அவள் சொற்கள் மந்திரமாக ஒலித்தன. நீண்டதொரு தவம் கலைந்து பேசும் முனிவனின் சொற்களைப் போல் தொனித்தன. வசியம் செய்யப்பட்டதைப் போல் பூனை தன் கதறலை நிறுத்திவிட்டு வாளியில் குதித்தது. வாளியை மெதுவாக மேலே ஏற்றினாள் மது. பாதி துரத்தில் சமன் குலைந்து பூனை மீண்டும் கிணற்றில் விழுந்தது. இறங்கிவிடலாமா என்று யோசித்தேன். இறங்கினாலும் அதைக் காப்பாற்ற முடியுமா என ஐயமாக இருந்தது. மதுவைப் போல் எனக்கு விலங்குகளின் மணமும் பாஷையும் தெரியாது. ஏற்கனவே மிரண்டுபோயிருக்கும் பூனை அதன் பாஷை தெரியாத என்னைப் பார்த்து மேலும் மிரண்டு என்மீது விழுந்து பிடுங்கினால் என்ன செய்வதென்ற பயம். எப்போதும் ஒரு விபத்து என்றால் விபத்துக்குள்ளானவரைக் காப்பாற்றச் செல்பவரும் விபத்துக்குள்ளாகி சாவதுதான் இயற்கையின் நியதி என்பதும் ஞாபகம் வந்தது. ஒரு மழைக்காலத்து முன்னிரவில் நண்பன் ஒருவனோடு குடித்துவிட்டு கே.கே. நகர் உதயம் தியேட்டர் அருகேயுள்ள பங்க் கடையில் இட்லிக்கு ஆர்டர் கொடுத்துவிட்டு காத்திருந்தபோது நேரம் சற்று அதிகமாகியும் இட்லி வராதது கண்டு எங்கள் இட்லி ரெடியா என்று கேட்டபடி என் நண்பன் அந்தக் கடை முகப்பின் கம்பிகளைப் பிடிக்க ஐயோ எனப் பேய்க் கூச்சல் போட ஆரம்பித்தான். ஷாக் என்று தெரிந்தும் அனிச்சையாக அவனைப் பற்றி இழுத்தேன். என் உடம்பிலும் முழுவேகத்தில் பாய்ந்தது மின்சாரம். எதுவுமே செய்ய இயலாதபடி உடலெங்கும் மின் அதிர்வுகள். அப்போது அந்தக் கடைச்சிறுவன் ஓடிப்போய் மெயின் சுவிட்சை அணைத்த பிறகுதான் உயிரே திரும்பி வந்தது. அந்தச் சிறுவன் மட்டும் புத்திசாலித்தனமாக சுவிட்சை நிறுத்தியிருக்காவிட்டால் மறுநாள் தினசரிகளில் எங்கள் பெயர் இடம்பெற்றிருக்கும். நகரத்தில் தினந்தோறும் நடக்கும் எத்தனையோ விபத்துக்களில் ஒன்றாக ஆகியிருக்கும். மூன்றாம் உலக நாடுகளில் மனித உயிருக்கு என்ன மதிப்பு இருக்கிறது. இதை மேலும் தொடர வேண்டாம். தொடர்ந்தால் அது இலக்கியத்தின் எல்லையை மீறி அரசியல் தளத்துக்குள் பிரவேசித்ததாகிவிடும்.

மதுமிதா வாளியை மறுபடியும் கிணற்றுக்குள் இறக்கினாள். பூனையுடன் தொடர்ந்து பேசிக்கொண்டே வாளியை அதன்

அருகே கொண்டு சென்றாள். இந்த முறை பூனை வாகாக உட்கார்ந்து கொண்டது. கிணற்றை விட்டு வெளியே வந்ததும் துள்ளிக் குதித்து ஓடிவிட்டது. 'துணியால் துடைத்துவிட்டு பால் ஊற்றலாம் என்று நினைத்தேன். ஓடி விட்டதே...' என்று வருத்தப்பட்டாள் மதுமிதா, வார்த்தைகளால் விவரிக்க முடியாதபடி சந்தோஷத்தால் நிறைந்தது மனம்.

முற்றும்.

முற்றும் போட்ட பிறகு கதையை இதுவரை பொறுமையாக நான் சொல்லச் சொல்ல எழுதி வந்த காக்கஃபோனிக்ஸ் 'கதை படு மோசம்... ஆனால் உனக்கு ஒரு வாய்ப்பு இருந்தது. நீதான் அதைப் பயன்படுத்திக்கொள்ளாமல் விட்டு விட்டாய். கே.கே. நகர் ஈ.எஸ்.ஐ ஹாஸ்பிடல் காம்பவுண்டில் லாரி மோதி செத்துப்போன கட்டிடத் தொழிலாளர்கள் பகுதியை நீ டிவலப் செய்து எழுதியிருந்தாயானால் நன்றாக வந்திருக்கும். நீ அதை ஆரம்பித்துவிட்டு வேறு எங்கோ போய்விட்டாய். அதில் நீ எத்தனையோ விஷயங்களைச் சொல்லியிருக்கலாம். வறுமை. மனித வாழ்வின் அவலம். நிச்சயமின்மை. லாரி டிரைவர்களின் உலகம். நடைபாதைவாசிகளின் பிரச்சினைகள். விபத்தில் சாகாமல் பிழைத்து கால் கை போனவர்கள். டாக்டர்கள் மற்றும் நர்ஸ்களின் புறக்கணிப்பு. விபத்தில் செத்தவர்களின் பிணங்கள் சவக்கிடங்கில் கேட்பாரற்றுக் கிடக்கும் கொடுமை, சவக்கிடங்குப் பணியாளரின் வாழ்க்கை வரலாறு. (சவங்களோடு வாழும் அவனை ஒரு நாள் பேட்டி காண வேண்டும்). ஒரு நாளில் சென்னை நகரில் நடக்கும் விபத்துக்களின் எண்ணிக்கை. சாலையோரத்தில் வசிப்பவர்களின் எண்ணிக்கை. சவக்கிடங்குகளில் கேட்பாரற்றுக் கிடக்கும் பிணங்களின் எண்ணிக்கை. இவ்வாறாக அந்தக் கதையில் எவ்வளவோ இடம் இருந்தது. நீ அதையெல்லாம் விட்டுவிட்டு ஒரு போர்னோ கதையை எழுதிவிட்டாய். இது இலக்கியம் அல்ல. அல்லவே அல்ல' என்றான் காக்கஃபோனிக்ஸ்.

'Fuck off என்றேன்.

மதுமிதா சொல்லக் கேட்டு எழுதியது:
காக்கஃபோனிக்ஸ்.

பாம்பு II

இப்போது நான் சொல்லப் போகும் கதை ஒரு வித்தியாசமான கதை. இதுவரை இலக்கியக் கதைகளை இலக்கியவாதிகள்தானே எழுதியிருக்கிறார்கள்? ஒரு விபச்சாரி எழுதியிருக்கிறாளா? ஒரு குறத்தி எழுதியிருக்கிறாளா? ஒரு குடுகுடுப்பைக்காரன்

எழுதியிருக்கிறானா? ஒரு மந்திரவாதி எழுதியிருக்கிறானா? ஒரே சமயத்தில் தாயையும், அவள் மகளையும் புணர்ந்தவன் எழுதியிருக்கிறானா? என்று இதே ரீதியில் உங்களுக்குத் தெரிந்தபடி இந்த லிஸ்ட்டை நீங்கள் நீட்டித்துக்கொண்டே போகலாம். அந்த வகையில்தான் இது ஒரு வித்தியாசமான கதை என்கிறேன். இதை எழுதுகிற நான் - அதாவது காக்கிடம் டிக்டேட் செய்கிற நான் - சிலகாலம் மாமா வேலை பார்த்திருக்கிறேன். மசாலா கதைகள் எழுதியிருக்கிறேன். ஒரே சமயத்தில் தாயையும் அவள் மகளையும் புணர்ந்திருக்கிறேன். இந்த விஷயம் மகளுக்குத் தெரியும்; தாய்க்குத் தெரியாது. இவை தவிர - இப்போது சொல்லப்போவதுதான் முக்கியமானது நான் இலக்கியக் கதைகளே எழுதியது கிடையாது. இதுதான் முதல், அல்லது பாம்பு - *1* முதல். இது இரண்டாவது. முதல் பாம்பு அவ்வளவாக திருப்தி தராததால் இதை காக்குக்கு டிக்டேட் செய்கிறேன். இதில் இன்னொரு சிக்கல் வேறு. கதையை முடித்துவிட்டாயா என்று மணிக்கொரு முறை போன் செய்து தொல்லை தருகிறான் சுதேசமித்திரன். என்னை ஏன் பிடித்தாய் சுதேசமித்திரன்? இலக்கியம் எழுதத்தான் எத்தனையோபேர் இருக்கிறார்களே? இன்று காலை பத்து மணிக்கு வந்து கதையை வாங்கிக் கொள்கிறேன் என்று சொல்லி யிருந்தான். இப்போது மணி மதியம் பனிரண்டு ஆகியும் வரவில்லை. 'மோட்டார் சைக்கிள் மெக்கானிக்கிடம் போ யிருக்கிறது, பஸ்ஸில் வருகிறேன்' என்று நான் போன் செய்து கேட்டபோது சொல்கிறான். வாகனம் இல்லாமல் கஷ்டம்தான் போலிருக்கிறது. டிக்டேட் பண்ணும்போது குறுக்கிடக் கூடாது என்று சொல்லியும் தலையைத் தலையை ஆட்டிவிட்டு முதல் பாராவிலேயே குறுக்கிட்டுவிட்டான் காக். விபச்சாரி என்று எழுதக்கூடாதாம். செக்ஸ் ஓர்க்கர் என்றுதான் எழுத வேண்டுமாம். அட போடா கண்ட் என்று சொல்லிவிட்டேன். இது என்ன இந்திய ஜனநாயகமா? உலக மகா ஜனநாயகம் என்று காண்பித்துக்கொள்ள இந்தப் பயல்கள் என்ன வித்தையெல்லாம் காண்பிக்கிறார்கள். காஷ்மீரில் குண்டுகளுக்குப் பயந்து தவழ்ந்தபடியே வந்து ஓட்டுப் போடுகிறார்களாம் மக்கள். ராத்திரி பத்து மணிக்கு மேல் இந்தியப் பிரதமராகவே இருந்தாலும் மீட்டிங்கில் பேசக்கூடாதாம். தேர்தலுக்காக குறிப்பிட்ட அளவுக்கு மேல் செலவு செய்யக்கூடாதாம். ஜனாதிபதியாக இருந்தாலும் சரி, பிரதமராக இருந்தாலும் சரி, ஜனங்களோடு ஜனங்களாக வரிசையில் நின்றுதான் ஓட்டுப் போடுகிறார்கள். மறுநாள் தினசரிகளில் போட்டோ வருகிறது. நானும் ஜனாதிபதியும் ஈக்வல். ஆஹா! சரி நான் கேட்கிறேன். எங்கள் ஊர் ரேஷன் கடையில் பாமாயிலும் கிருஷ்ணாயிலும் வாங்க அவர்கள் என்னுடன் க்யூவில் நிற்பார்களா?

வேண்டாம். கதை வேறு எங்கோ போகிறது. இதோ இருக்கிறானே காக் அவன் சரியாக எழுதுவான். ஆனால் அந்தச் சரியான எழுத்து எனக்கு எரிச்சலாக இருக்கிறது. Politically correct bed time stories... bull shit. அப்படித்தான் அவனுடைய தொப்பை நாளுக்கு நாள் வளர்ந்துகொண்டே போவது பற்றிக் கேட்டேன். 'நீ பேசுவது ஆதிக்க அழகியல் என்கிறான். சிலபேர் பார்க்க அழகாக இருப்பார்கள். ஆனால் வாயைத் திறந்தால் சகிக்காது. அந்தமாதிரிதான் காக்கும். எதற்கெடுத்தாலும் ஆதிக்கம், பெண்ணியம், ஆணியம் என்று. என்னய்யா பெண் ஈயம் பித்தளை செம்பு என்று? பெண்ணியம் என்ற வார்த்தையைக் கேட்டால் எனக்கு வேறொரு வார்த்தைதான் ஞாபகம் வருகிறது. வேண்டாம் என்று பார்க்கிறேன்.

விபச்சாரி என்று சொல்லக்கூடாதாம். செக்ஸ் ஒர்க்கர் என்றுதான் சொல்லணுமாம். நான் பார்க்காத விபச்சாரியா... இதோ சுதேசமித்திரன் வந்துவிட்டான். கதை முடியவில்லை. முடிந்தால் யாரேனும் இலக்கியவாதிகள் முடித்துக் கொள்ளலாம்...

ஆரண்யம், 2000

வெளியிலிருந்து வந்தவன்

இரவு ஒன்பது மணி சுமாருக்கு அந்தச் சம்பவம் நடந்தது. வீட்டுக் கதவை 'பட பட'வென்று யாரோ தொடர்ந்து தட்டினார்கள். இந்த நேரத்தில் யாராக இருக்கும் என்று யோசித்தபடி வந்து பார்த்தால் வெளியே சுந்தரம். பார்த்த மாத்திரத்தில் தெரிந்துவிட்டது - நிறை போதையில் இருந்தான்.

மது, மாது, சூது என்ற மூன்று தீமைகளில் (?) கடைசி இரண்டைப் பற்றியும் எங்களுக்குள் அவ்வளவு பிரச்னை இல்லை, (எங்களுக்குள் என்பது என்னையும் என் மனைவி ஜென்னியையும் குறிப்பது) அந்த இரண்டும் என்னை அண்டவே அண்டாது என்பதில் ஜென்னி உறுதியாக இருந்தாள். ஆனால் அந்த முதல் விஷயம்தான் உதைத்தது. அதனால் என்னை ஒரு குடிகாரன் என்று நினைத்துவிடாதீர்கள். நான் குடிப்பதில்லை. ஆனாலும் என் நண்பர்கள் பலருக்கும் இந்தப் பழக்கம் இருந்தது. இதைப் பற்றி நான் ஆதரவாகப் பேசியதுதான் ஜென்னியை கலவரப்படுத்தியது என்று சொல்ல வேண்டும்.

இப்படியான ஒரு தினத்தில்தான்

- சுந்தரம்.

என் வீட்டு முகவரி இவனுக்கு எப்படித் தெரிந்தது?

குடித்திருந்தாலும் சுந்தரம் புத்திசாலி. என் எண்ண ஓட்டத்தைப் புரிந்துகொண்டு விட்டான்.

"நீ தானே உன் விலாசம் கொடுத்தாய்? ஞாபகம் இல்லை? இதோ பார்"

- சொல்லிக்கொண்டே தள்ளாடியபடி தன் ஜோல்னாப் பையிலிருந்து

டைரியை எடுத்து பக்கத்தையும் புரட்டிக் காண்பித்தான்.

உருப்பட்டாற்போல்தான். அவன் டைரியில் என் முகவரியை நானே என் கைப்பட எழுதியிருந்தேன்.

'இப்போது ஜென்னி வந்து பார்த்தால் என்ன சொல்வது? இவனை எப்படி பாதுகாப்பாக வெளியேற்றுவது? நாளைக்கு ஆபீஸ் வேறு இருக்கிறதே?' என்று பலவிதமாய் குழம்பிக் கொண்டிருந்தபோது ஜென்னியே வந்துவிட்டாள்.

அவளிடம் சுருக்கமாக அறிமுகப்படுத்தினேன். விமானம் திடீரென்று நடு வானில் பழுதடைந்துவிட்டால் ஒரு விமானியின் மூளை எவ்வளவு சடுதியில் வேலை செய்யுமோ அந்த அவசரத்தில் யோசிக்க ஆரம்பித்தது என் மூளை.

"சரி சுந்தரம்... கிளம்பு... பஸ் ஸ்டாண்ட் வரைக்கும் வந்து உன்னை ஏற்றி அனுப்புகிறேன்" என்றேன்.

"என்னாழ் நழக்க முழியாது, அதனாழ்தான் உன் வீழ்ழுக்கு வந்தேன்" என்று ழகரத்திலேயே பதில் சொன்னான் சுந்தரம்.

இப்போது இவனை தங்கச் சொல்லிவிட்டு பிறகு ஜென்னியிடம் பிரச்சினை வைத்துக்கொள்வதில் எனக்கு இஷ்டம் இல்லை.

"பரவால்ல... என் தோளைப் பிடிச்சுக்கிட்டு நட... பஸ் ஸ்டாண்ட் பக்கத்திலதான்" என்றபடி கைத்தாங்கலாகவே அவனை அழைத்துக் கொண்டு கிளம்பினேன்.

தெருமுனை தாண்டி மெயின் ரோடு வரை சமாளித்து நடந்தவன் பஸ் ஸ்டாண்ட் வருவதற்குள் தரையில் சாய்ந்துவிட்டான்.

தூக்கிவிட்டேன், மறுபடியும் விழுந்தான். நல்ல பளுவாக இருந்தான். இல்லாவிட்டால் விக்கிரமாதித்தன் வேதாளத்தைத் தூக்கிக்கொண்டு போவதுபோல் போய்விடலாம்.

எல்லோரும் எங்களை வேடிக்கை பார்த்துக்கொண்டே சென்றார்கள். அவர்கள் என்னையும் அவனோடு சேர்த்தே நினைத்திருப்பார்கள் என்பது கொஞ்சம் அவமானமாக இருந்தது.

திடீரென்று போலீஸ் பயமும் தொற்றிக் கொண்டது. இரவில் வரும் ரோந்து போலீசார் எங்கள் இருவரையும் அள்ளிப் போட்டுக் கொண்டு போய்விட்டால் என்ன செய்வது? இரவு முழுவதும் லாக்கப்பில் அல்லவா இருக்க வேண்டும்? ஜென்னி என்னவெல்லாம் நினைத்துக் கவலைப்படுவாள்?

என்ன இது முட்டாள்தனம் என்று நொந்துகொண்டேன். முகவரியைக் கொடுத்ததே தவறு. அதைவிடத் தவறு, இந்த நிலையில் இவனை இங்கே அழைத்துக் கொண்டுவந்தது...

இவ்வளவு யோசனைகளுக்கிடையிலும் அவனை நான் தூக்கி விடுவதும்

அவன் கீழே விழுவதுமான காட்சி தொடர்ந்துகொண்டேதான் இருந்தது.

எவ்வளவு நேரம் ஆகியிருக்கும் என்றே தெரியவில்லை. சுந்தரத்தின் வேஷ்டி சட்டையெல்லாம் சேறும் சகதியுமாய் ஆகியிருந்தது.

களைப்பும் சோர்வுமாய் அந்த நடைபாதையிலேயே உட்கார்ந்தேன். சாலை ஓரத்தில் தேங்கிக் கிடந்த தண்ணீரில் விழுந்திருந்த சுந்தரத்தின் வாயிலிருந்து விளங்காத சொற்கள் பல வெளியேறிக் கொண்டிருந்தன.

ஒருகணம் இவனை இப்படியே போட்டுவிட்டுப் போய்விட்டால் என்ன என்று தோன்றியது. பிறகு அப்படித் தோன்றியதற்காக எனக்குள் நான் கூனிக் குறுகிப் போனேன்.

சில சந்தர்ப்பங்களில் மனிதனுக்கு எவ்வளவு பாதகமான யோசனைகளெல்லாம் வருகின்றன என்று ஆச்சரியமும் கொண்டேன்.

இப்படியே நீண்டநேரம் போராடி வீட்டுக்கு அவனைக் கொண்டு வந்து சேர்த்தபோது வாசல் படியிலேயே உட்கார்ந்திருந்தாள் ஜென்னி.

"என்னங்க இது... எங்கே போயிருந்தீங்க? எனக்கு என்ன செய்றதுன்னே தெரியலே" என்று சொன்னவளின் கண்கள் கலங்கியிருந்தன.

"அதெழ்ழாம் ஒன்னும் பயப்பழாதே தங்கச்சி. ஒழு சின்ன ப்ழாப்ழம். அழான் லேட்"

"சரி வா... சுந்தரம். தூங்கலாம்" என்றேன்.

"என்ன கண்ணாயிழம்... சாப்பிழாம எப்பழி தூங்கழது?"

"இந்த நிலைமையில் உன்னால் சாப்பிட முடியுமா?"

"சாப்பிழாம எனக்கு தூக்கம் வழாதே." குடித்திருப்பவனிடம் விவாதம் வைத்துக் கொள்ளக்கூடாது என்று எண்ணி "என்ன சாப்பிடறே, குழம்பு சாதமா? தயிர் சாதமா?" என்று கேட்டேன்.

"மூாத்திழிலெ நா சோழு சாப்பிழ மாட்டனே. இழ்ழி தோசை..."

எங்கள் பேச்சை கவனித்துக் கொண்டிருந்த ஜென்னி என்னைத் தனியாக அழைத்து "தோசை மாவு இல்லை. உங்க ஃப்ரெண்ட் சப்பாத்தி சாப்பிடுவாரான்னு கேளுங்க... சட்டுன்னு போட்டுத் தந்திர்றேன்... தொட்டுக்க குழம்பு இருக்கு" என்றாள்.

"என்னது, ராத்திரி பண்ணண்டு மணிக்கு சப்பாத்தியா? நீ வேற நாளைக்கு ஆபீஸ் போகணும்... விடு"

இப்படி நான் சொல்லி முடிப்பதற்குள் "சப்பாத்தி போழும்" என்ற பதில் வந்தது சுந்தரத்திடமிருந்து.

இரண்டு ழப்பாழ்ழி - ஸாரி, சப்பாத்தி சாப்பிட்டு விட்டு தட்டிலேயே கை கழுவி விட்டு அந்த இடத்திலேயே சுருண்டான் சுந்தரம்.

'இரவில் வாந்தி எடுத்து வைத்து விடாமல் இருக்க வேண்டுமே'

என்று பயந்துகொண்டே வந்து படுத்தேன். அதற்குள் தூங்கிப் போயிருந்தாள் ஜென்னி.

காலை நேர அவசர ஓட்டத்தில் அவனை எப்படி கவனிப்பது என்ற கவலை எழுந்தது. எழுந்து கொள்வானா, எழுந்ததும் கிளம்புவானா, குளிக்க வேண்டும் சாப்பிட வேண்டும் என்று சொன்னால் என்னசெய்வது - அவசரத்தில் நானும் ஜென்னியுமே காலை டிபனை வீட்டில் சாப்பிடாமல் ஆபீசுக்கு எடுத்துக் கொண்டு போய்தான் சாப்பிடுவோம். சமயங்களில் டிபன் செய்யவே நேரம் இல்லாவிட்டால் ஆபீஸ் கேண்டீனில்தான் டிபன் - கார்த்திக் (என் பையன்) எழுந்தால் சுந்தரத்தைப் பார்த்து என்ன நினைப்பான். அவனுடைய மதிப்பீட்டில் நான் எவ்வளவு தூரம் தாழ்ந்து போவேன், ஜென்னி இதையெல்லாம் எப்படி எடுத்துக் கொள்வாள் என்றெல்லாம் பலவாறாக யோசித்துக் கொண்டே என்னையும் அறியாமல் உறங்கிப் போனேன்.

காலையில் எழுந்து எழுப்பிப் பார்த்தேன். சில வித்தியாசமான சப்தங்களைக் கொடுத்துவிட்டு புரண்டு படுத்தானே ஒழிய எழுந்து கொள்ளவில்லை.

வாசலை ஒட்டி படுத்துக் கிடந்த அவனை கால்களைப் பிடித்து இழுத்து ஓரமாய்க் கிடத்தினேன்.

கார்த்திக் எழுந்து வந்து ' இந்த அங்கிள் யார்?' என்று கேட்டான். (அங்கிள் என்ற வார்த்தையை அவன் சற்று தயக்கத்துடனேயே சொன்னதாக எனக்குத் தோன்றியது)

"ஊரிலிருந்து வந்திருக்கிறார்... உடம்பு சரியில்லை"

கார்த்திக் பள்ளிக்குக் கிளம்பிச் சென்ற பிறகு சுந்தரத்தை மீண்டும் எழுப்ப முயன்றேன். மணி அப்போது ஏழரை. இன்னும் ஒரு மணி நேரத்தில் ஆபீஸ் கிளம்பியாக வேண்டும்.

"கொஞ்சம் மோர் வேண்டும்" என்றான் சுந்தரம். இருந்த தயிரில் கொஞ்சம் எடுத்து நீர் கலந்து மோராக்கிக் கொடுத்தேன்.

குடித்துவிட்டு மீண்டும் சாய்ந்துவிட்டான். அவன் தாடியில் சிந்தியிருந்த மோரைத் துடைத்துவிட்டேன்.

அரை மணி நேரம் சென்று மீண்டும் எழுப்பிப் பார்த்தேன், பயனில்லை.

"நாம் ஆபீஸ் போக முடியாது. மட்டம் போட்டுவிட வேண்டியதுதான்" என்றாள் ஜென்னி.

சுமார் ஒரு மணி இடைவெளி விட்டுவிட்டு எழுந்து மோர் கேட்டான் சுந்தரம். மதியம் எழுப்பி மோர் சாதம் சாப்பிட வைத்தேன். சாப்பிட்டு முடித்ததும் கிளப்பிவிட்டு விட வேண்டும் என்று தீர்மானம் செய்துகொண்டேன்.

ஆனால் அதுவும் முடியாமல் போனது. சாப்பிட்டவுடன் மீண்டும்

தூங்கிவிட்டான்.

எப்போது இவன் எழுந்து கொள்வான் என்ற கவலை ஏற்பட்டது எனக்கு. ஏதாவது ஒன்று கிடக்க ஒன்று ஆகிவிட்டால் என்ன செய்வது என்ற பயமும் எழுந்தது. இடையில் அம்மாவோ, அப்பாவோ தாம்பரத்திலிருந்து வந்துவிட்டால் அவர்கள் என்ன நினைப்பார்கள்? அவர்களிடம் என்ன சொல்லி சமாளிப்பது? - மனசில் என்னென்னவோ யோசனைகள் வந்து மோதிக் கொண்டிருந்தன.

நான்கு மணி ஆகியும் அவன் எழுந்து கொள்ளாததைப் பார்த்து அவன் முகத்தில் தண்ணீர் தெளித்து எழுப்பினேன்.

"எழுந்து கொள் சுந்தரம்... நாங்கள் கொஞ்சம் அவசரமாக வெளியே கிளம்ப வேண்டும்" என்று சமயோஜிதமாக ஒரு பொய்யைச் சொன்னேன்.

எழுந்து முகம் கழுவிக் கொண்டவன் சட்டை அழுக்காகிவிட்டது என்று சொல்லி என்னிடமிருந்து ஒரு சட்டை வாங்கிப் போட்டுக் கொண்டான்.

"என்ன கிளம்பலியா... வாங்க... அப்படியே உங்களோடயே நானும் கிளம்பிடறேன்."

'அடக் கடவுளே... இது என்ன புதுப் பிரச்னை' என்று நினைத்தபடி இதை எப்படி சமாளிப்பதென யோசித்தேன். ஆனால் அன்றைக்கென்று பார்த்து என் மூளை ஒழுங்காகவே வேலை செய்தது. (பொதுவாக ஆபத்து நேரங்களில் என் மூளை ஸ்தம்பித்துவிடுவதுதான் வழக்கம்!)

"இல்லை சுந்தரம்... ஜென்னி கிளம்ப முன்னேபின்னே ஆகும்... நீ கிளம்பு" என்றேன்.

"அப்படியா... அதுவும் சரிதான்" என்றவன் ஜென்னியிடம் "வர்றேன் தங்கச்சி... ரொம்ப சிரமம் கொடுத்திட்டேன். மன்னிக்கணும்" என்று இரண்டு கைகளையும் கூப்பி வணங்கி விட்டுக் கிளம்பினான்.

வீதி வரை சென்று வழி அனுப்பிவிட்டு வீட்டுக்குள் தயக்கத்துடன் நுழைந்தேன். ஜென்னியை இனிமேல் எப்படி எதிர்கொள்வது என்ற பயம் கவ்வியது.

அப்போது "ஏங்க... உங்க ஃப்ரெண்ட் ரொம்ப பாவம் இல்லீங்க?" என்றாள் ஜென்னி. அவள் குரலில் உண்மையான வருத்தம் தொனித்தது.

அம்பலம் இணையதளம்

தேர்வும் தொகுப்பும்: ந.முருகேசபாண்டியன்

இஞ்சி தின்ற குரங்கு

வழக்கம்போலவே அன்றும் காலை நான்கு மணிக்கு எழுந்து தியானம் மற்றும் படிப்பு வேலைகளை முடித்துவிட்டுப் பொழுது புலரும் வேளையில் நடைப் பயிற்சிக்காகக் கிளம்பினான் அதிவீர பாண்டியன். வாசலில் பேப்பர் போடும் இளைஞர்கள் இரண்டு பேர் பேப்பரை எடுத்துப் போட்டுக்கொண்டிருந்தார்கள். பொதுவாக இதுபோன்ற காரியங்கள் அவனைச் சுற்றி நடக்கும்போது அது பற்றிய எந்தப் பிரக்ஞையும் இல்லாமல் அவன் பாட்டுக்கு அவன் வேலையை மட்டுமே செய்துகொண்டிருப்பான். சின்ன வயதில் அவனுடைய அம்மா இதைப் பலமுறை கண்டித்திருக்கிறார்கள் (எருமை மாட்டின்மீது மழை பெய்வதுபோல் நிற்கிறான் பார்.) ஆனால் தன் சிறு வயதிலேயே அம்மா, அப்பா மற்றும் குடும்பத்திலுள்ள பெரியவர்களின் பேச்சை ஒரு சிறிதும் கேட்பதில்லை என்று தீர்மானம் பண்ணியிருந்தான் அவன். கேட்டால் அவனும் அவர்களைப் போல் மாட்டுப் பீயும், மனிதப் பீயும்தான் அள்ளிக்கொண்டிருக்க வேண்டும் என்று தெரிந்து கொண்டிருந்தான்.

அவன் வீட்டில்தான் பேப்பர் போட்டுக்கொண்டிருந்தார்கள் பையன்கள். ஆனால் அவனோ அதுபற்றிய எந்த சிரத்தையும் இன்றி ம்யூசிக் கேட்பதற்காகக் காதுகளில் இயர் ஃபோனை மாட்டிக்கொண்டிருந்தான். ஆனால் எந்நாளும் இல்லாத திருநாளாக அன்றைக்கென்று பார்த்து அவர்கள் தூக்கி விட்டெறிந்திருந்த பேப்பர்களை ஒழுங்காக எடுத்துவைக்கலாமே என்று தோன்றி, அவற்றை அள்ளி எடுத்தபோது ஒன்றிரண்டு பேப்பர்கள் குறைவாக இருந்ததைக் கவனித்தான்.

இது ஒரு நீண்ட நாள் பிரச்சினையாகத் தொடர்ந்து கொண்டிருந்தது. ஒருநாள் ஹிண்டு இருக்காது. திங்கள்கிழமை அன்று தெஹல்கா

104 சாரு நிவேதிதா தேர்ந்தெடுத்த சிறுகதைகள்

இருக்காது. சரி, அடுத்த நாள் கொண்டுவந்து போடுவார்களா என்று பார்த்தால் சத்தமே இருக்காது. போனில் சொல்லலாம் என்றால் போன் நம்பர் தெரியாது.

அன்றைய தினமும் அதே பிரச்சினை. கூப்பிட்டுச் சொல்லலாம் என்று நினைப்பதற்குள் பொடியன்கள் சைக்கிளில் பறந்துவிட்டார்கள். என்னடா இது, காலையிலேயே சகுனம் சரியில்லையே என்று நினைத்தபடி நடக்க ஆரம்பித்தான். வழியில் சான் தோமே தேவாலயத்தின் வெளி யிலேயே நின்று சிறிது நேரம் பிரார்த்தித்துவிட்டு காந்தி சிலையை அடைந்தபோது அங்கே ஒரு தெரிந்த முகம்.

குலசேகரன். ஆழ்வாரின் நண்பன்.

வாழ்க்கையில் சில மனிதர்களிடம் நீங்கள் பிரியமாக இருப்பது போல் நடித்தே ஆக வேண்டும். முகத்திலேயே இரண்டு விடலாமா என்று தோன்றும். ஆனால் ஹி ஹி என்றுதான் இளிக்க வேண்டும். உதாரணமாக, உங்கள் மனைவியின் தங்கை கணவர்-சகலை என்றும், ஷட்டகர் என்றும் அழைக்கப்படும் இந்தக் கபோதிப்பயல்களை அந்த மாதிரி லிஸ்டில் சேர்க்கலாம். அந்த லிஸ்டில் சேர்க்கப்பட வேண்டிய சிலர் ஆழ்வாரின் கோஷ்டியிலும் இருந்தார்கள்.

ஆழ்வார் ஒரு கனாய்ஸியர். மது, கார், உணவு, உடை என்று எல்லா விஷயங்களிலும் தேர்ந்த கலாரசனை கொண்ட அவன், நண்பர்கள் விஷயத்தில் மட்டும் ஏன் இப்படிப் படு பாதாளத்தில் இருக்கிறான் என்பது அதிவீரனுக்கே 15 ஆண்டுகளாகப் புரியாத விஷயம். இந்தக் குலசேகரன் அதற்கு ஒரு உதாரணம்.

அதிவீரனைப் பார்த்ததுமே “ம்... உன் நடையைப் பார்த்ததுமே நீதான் என்று தெரிந்துவிட்டது” என்று சொல்லிக்கொண்டு கையைக் கொண்டு ஏதேதோ குரங்கு சேஷ்டையெல்லாம் செய்து காட்டினான் குலசேகரன்.

“அட போடா, முட்டாக் கூதி, நான் என்ன தலையாலா நடந்து வந்தேன்?” என்று கேட்கத் தோன்றியது. ஆனால் அப்படிக் கேட்காமல், இஞ்சி தின்ற குரங்கு மாதிரி பற்களை இளித்தான் அதிவீரன்.

அந்த இளிப்பை ஒரு இனிய உரையாடலுக்கான அழைப்பாக நினைத்துக்கொண்ட குலசேகரன் “தினமும் இங்கே வாக்கிங் வருகிறாயா? எதுவரை நடப்பாய்?” என்று கேட்டான்.”

“ஆமாம், தினமும்தான். இங்கிருந்து நீச்சல் குளம் வரை போய்விட்டுத் திரும்புவேன்.”

இதைக் கேட்டதும் ஒரு மதபோதகரின் தொனியில், “வெரி குட், வெரி குட்” என்று சொல்லி, நடைப் பயிற்சியால் ஏற்படும் நன்மைகளைப் பற்றி ஒரு நீண்ட சொற்பொழிவை ஆற்ற ஆரம்பித்தான் குலசேகரன். அதன் சுருக்கம், தினமும் நடந்தால் நூறு ஆண்டுகள் வரை எந்த நோய் நொடியும் இல்லாமல் வாழலாம்.

அதைக் கேட்டு ரொம்பவும் கடுப்பாகிப் போன அதிவீரன், "சரி, வருகிறேன்" என்று அவன் பேச்சை வெட்டுவதுபோல் சொல்லிவிட்டு அந்த இடத்தைவிட்டு அகன்றான்.

கடுப்புக்குப் பல காரணங்கள் உண்டு. அதில் முக்கியமானது, அதிவீரன் தன்னுடைய 15 வயதிலிருந்தே தொடர்ந்து தினமும் ஏழெட்டு கிலோ மீட்டர் ஓடும் பழக்கத்தைக் கொண்டிருப்பவன். அப்படிப்பட்டவனுக்கு, 50ஆவது வயதில் இருதயத்தில் அறுவை சிகிச்சை.

ஆனா, ஆழ்வார் கோஷ்டியில் இருந்த ஒருவன் ஒரு நாளைக்கு அறுபது எழுபது சிகரெட் குடிப்பான். தினமும் ஒரு ஃபுல் ஸ்காட்ச் அடிப்பான். இதுவரை உடல்நலம் குன்றி மருத்துவரிடம் சென்றதில்லை. வயது 56. கொழுப்பு, ரத்த அழுத்தம், சர்க்கரை எல்லாம் அளவோடு உள்ளன.

எல்லாம் ட்டி.ஓ.வி. ஐயா, ட்டி.ஓ.வி. (தலையில் ஓத்த விதி என்பதன் சுருக்கம்)

சரி, அப்படியானால் ஏன் அதிவீரன் இவ்வளவு தீவிரமாக ஒருநாள் விடாமல் கடற்கரைக்கு வாக்கிங் சென்றுகொண்டிருக்கிறான் என் கிறீர்களா?

அதற்குப் பல காரணங்கள் உண்டு. காலை நேரக் கடற்கரைக் காற்று. நடந்தால் தொப்பை விழாது என்ற நம்பிக்கை (தொப்பை அவனுக்குப் பிடிக்காது). நடைப்பயிற்சிக்கு வரும் அழகழகான பெண்கள். இது எல்லாவற்றையும் விட காந்தி சிலைக்கு அருகே ஹஃபீஸ் கான் விற்கும் இயற்கை உணவுப் பொருட்கள். வாழைத் தண்டு ஜூஸ், கொள்ளு ஜூஸ், பாகற்காய் ஜூஸ், இஞ்சி ஜூஸ், மணத்தக்காளிக் கீரை ஜூஸ், நெல்லிக்காய் ஜூஸ், மஷ்ரூம் சூப்... இது எல்லாவற்றையும் விட ஹஃபீஸ் கொடுக்கும் ஸலாத் படு அட்டகாசம். கோவைக்காய், கேரட், கொத்துமல்லிக் கீரை, முட்டைக் கோஸ், பீட்ரூட், ஊறவைத்த கொள்ளு, அவித்த வேர்க்கடலை, முளை விட்ட பச்சைப் பயறு, அவித்த கறுப்புக் கொண்டக் கடலை, அவித்த வெள்ளைக் கொண்டக் கடலை, அவித்த காராமணிப் பயறு-ஸாரி, எனக்கு ஞாபக சக்தி குறைவு - இன்னும் அந்த ஸலாதில் என்னென்னவோ அய்ட்டங்கள் இருக்கும்.

முதலில் இஞ்சி ஜூஸைக் குடித்துவிட்டு அங்கிருந்து இரண்டு கிலோ மீட்டர் தூரத்தில் இருக்கும் நீச்சல் குளம்வரை நடந்து சென்று, பின் அங்கிருந்து காந்தி சிலை வரை வந்து ஹஃபீஸிடம் ஸலாதை பார்சல் வாங்கிக் கொண்டு வீட்டுக்குப் போவதுதான் அதிவீரனின் அன்றாட நடைப்பயிற்சியின் ஷெட்யூல்.

அன்றைய தினம் குலசேகரன் அதிவீரனின் நடை பற்றிக் கிண்டல் செய்தபோது பதிலுக்கு முட்டாக்கூதி என்று திட்டாமல் இஞ்சி தின்ற குரங்கு போல் இளித்தான் என்று வர்ணித்தேன் அல்லவா? அது வெறும் வர்ணனை அல்ல; அதிவீரன் அப்போதுதான் ஹஃபீஸி டமிருந்து இஞ்சி ஜூஸ் குடித்திருந்தான் என்றும் பொருள் கொள்க.

Tell him,
not to kill me!

இந்த உலகத்திலேயே நகைச்சுவை உணர்வு கம்மியானவர்கள் இந்தியர்கள். இந்தியாவிலேயே நகைச்சுவை கம்மியானவர்கள் தமிழர்கள். இது எனக்கு ஏற்கனவே தெரிந்ததுதான். ஆனாலும் அது இந்த அளவுக்குக் கொடூரமாக இருக்கும் என்று நான் எதிர்பார்க்கவில்லை. தமிழ்நாட்டில் மருத்துவர்களின் எண்ணிக்கை பெருத்துப்போயிருப்பதன் காரணமும் இப்போதுதான் புரிகிறது. எங்கே நகைச்சுவை உணர்வு இல்லையோ அங்கே வியாதிகள் பெருகும். காலை நேரத்தில் ஏன் கடற்கரையிலும் பூங்காக்களிலும் சிரிப்புப் பயிற்சி கொடுக்கப்படுகிறது என்றும் இப்போதுதான் புரிகிறது. அடப் பாவிகளா, விலங்கிலிருந்து மனிதனை வித்தியாசப்படுத்திக் காட்டும் முக்கிய கூறுகளில் ஒன்று நகைச்சுவை உணர்வு; அதைக்கூட உங்களிடமிருந்து விரட்டி அடித்துவிட்டீர்களா?

எனக்கு சினிமாத் துறையைப் போலவே அரசியலிலும் சில நெருங்கிய நண்பர்கள் உண்டு. அவர் ஒரு இளம் அரசியல்வாதி. பெயர் எம். என்று வைத்துக்கொள்வோம். அவர் பார்க் ஓட்டலில் ஒரு விருந்து கொடுத்தார். ஆனால் மதுபானம் கிடையாது. என்னடா கொடுமை இது என்று கிடைத்த இடைவெளியில் நைசாக பக்கத்திலிருந்த லெதர் பாருக்கு நழுவினேன். அங்கே பார்த்தால் எனக்கு முன்னதாகவே என் நண்பரின் நெருங்கிய சகா ஒருத்தர் காரியத்தில் கண்ணாக நின்றுகொண்டிருந்தார். எங்களுக்குள் பழக்கம் இல்லாததால் இருவரும் ஒருவரை ஒருவர் கண்டுகொள்ளவில்லை.

அவசரகதியில் மூன்று பெக் வோட்காவை முழுங்கிவிட்டு (அதுசரி, வோட்கா சாப்பிட்டால் ஆண்மைக் குறைவு உண்டாகும் என்று என் தோழி ஒருத்தி சொன்னாள். ஒருவேளை, என்னை ஜாடையாகக்

குத்திக் காண்பித்தாளா, அல்லது உண்மையா என்று தெரிந்துகொள்ள விரும்புகிறேன்) விருந்து நடக்கும் இடத்துக்கு ஓடினேன். யாரும் கண்டுகொள்ளாதவாறு ஒரு மூலையில் அடக்கமாக நின்றுகொண்டு என்னென்ன அய்ட்டம் உள்ளது, எதெது தேறும் என்று நோட்டம் விட்டேன் (சாப்பாட்டைச் சொல்கிறேன்). அப்போது 'எம்'மிடமிருந்து குறுஞ்செய்தி வந்தது. "என்ன, லெதர் பாருக்குப் போய் வந்தாயிற்றா? எத்தனை பெக்?"

அடப்பாவி, நிமிஷத்தில் கண்டுபிடித்துவிட்டாரே என்ற ஆச்சரியத்துடன் "ம்... தங்கள் உளவுத்துறை பிரமாதமாக வேலை செய்கிறது" என்று ஒரு குறுஞ்செய்தியைத் தட்டினேன். காரணம், அவரிடம்தான் உளவுத்துறை இலாகாவுக்கான பொறுப்பு இருந்தது. என் குறுஞ் செய்தியைப் படித்ததும் ஆள் அவ்வளவுதான்... ஒரு பதினைந்து குறுஞ்செய்தி அனுப்பி இருப்பார். என் நண்பர்களை என்னவென்று நினைத்தீர்கள். அவர்கள் எனக்குப் பத்து ஆண்டுகளாகப் பழக்கம். (நான் பதினைந்து ஆண்டு!) என் வாழ்வோடும் தாழ்வோடும் என் பக்கத்தில் இருப்பவர்கள்... ஆய் ஊய்... ஆய் ஊய்... ஆய் ஊய்... உண்மையில் அவர் அன்று இரவு உறங்கியே இருக்கமாட்டார் என்று நினைக்கிறேன்.

கோடிக்கணக்கில் பணமும், அதிகாரமும் உள்ள அவர் என் பார்வையில் ஒரு நோயாளியைப் போல் தோன்றினார். அவரை எண்ணி மிகவும் வருந்தினேன். பரிதாபம் கொண்டேன். அவரை யாரும் அவருடைய வாழ்க்கையில் கிண்டலே செய்திருக்க மாட்டார்கள் என்ற உண்மை அப்போதுதான் எனக்குத் தெரிய வந்தது. நீங்கள் மற்றவர்களைக் கிண்டல் செய்யலாம்; ஆனால் உங்களை யாரும் கிண்டல் செய்யக்கூடாது. கிண்டல் செய்தால் எதிரி என்று நினைத்துவிடுகிறீர்கள். என்ன கொடுமையடா சாமி!

அந்தச் சம்பவத்திலிருந்து அவருக்கும் எனக்குமான நட்பு முறிந்து போனது. கடவுளுக்கு நன்றி.

இதுபோல் தனக்கு சுமார் 500 பேருடன் நட்பு முறிந்து போயிருப்பதாகச் சொன்னான் பரமாத்மா. சமீபத்திய உதாரணம் தருகிறேன். சில தினங்களுக்கு முன்பு என் வீட்டில் ஸ்வர்ண பாத பூஜை எனப்படும் ஹோமம் நடந்தது. பரமாத்மாவை அழைத்திருந்தேன். ஹோமம் முடிந்து சாப்பிடும் நேரத்தில் வந்தான் ரங்கன். உடனே பரமாத்மா சொன்னானாம், "என்ன ரங்கன், சரியா சாப்பாட்டு நேரத்துக்கு அட்டெண்டன்ஸ் குடுத்துட்டீங்க?" ரங்கன் என்ன பதில் சொன்னான் என்று தெரியவில்லை.

இந்த விஷயம் எனக்குத் தெரியாது. இரண்டு நாட்களுக்கு முன்புதான் ரங்கன் சொன்னான், பரமாத்மாவுக்கு நாகரீகமே தெரியவில்லை என்று. திரும்பவும் இதுதான் பிரச்சினை. மக்களுக்கு நகைச்சுவை உணர்வே போய்விட்டது. ரங்கனை நெருங்கிய நண்பன் என்று நினைத்ததால்தானே பரமாத்மா கிண்டல் செய்தான்? பரமன்

ஆரம்பித்தது ஒரு பகடையாட்டம். அதைக் கடக்க வேண்டுமானால் அதைவிட வலுவான ஆட்டத்தை நீங்கள் ஆட வேண்டும். அல்லது பின்வாங்கி விடலாம். உங்களோடு ஆட விரும்பியதற்காகவே தடியை எடுத்து பரமன்மீது போடலாமா?

எங்கள் ஊரில் இந்த ஆட்டத்தை சர்வ சகஜமாக ஆடுவார்கள். அத்தனைபேர் எதிரிலும் பரமனுக்கு ரங்கனிடமிருந்து பதில் கிடைக்கும்.

"நீங்கள்ளாம் என்ன பரமாத்மா, எங்கேங்கோ்ந்தோ பெட்டி பெட்டியா பணம் வருது; அது போதாதுன்னு பப்ளிகேஷன்ல வேற பணம் கொட்டுது. நீங்க பாட்டுக்கு ஜாலியா பத்து மணிக்கே ஹோமத்துக்கு வந்துடலாம். நாங்கள்ளாம் அடி மட்டத் தொழிலாளிங்க... வேலைய முடிச்சுட்டு இங்கே ஏதோ அன்னதானம் பண்றதா கேள்விப்பட்டு வந்தோம்..."

எங்கள் ஊர்க்காரராக இருந்தால் பரமாத்மாவுக்கு இப்படித்தான் பதில் கிடைத்திருக்கும். ஆனால் அப்படி பதில் சொன்ன ஆள் பெரிய பண்ணையாராக இருப்பார். கிண்டல் புரிகிறதா? அதற்கு மேல் பரமன் வாய் திறப்பானா? ஆனால் இதற்கும் பதில் சொல்லி வாய்ப் பூட்டு போடுகிற பேர்வழிகளும் எங்கள் ஊர்ப் பக்கத்தில் உண்டு.

ஆனால் இந்த நகரத்துப் பேர்வழிகள் கொஞ்சமும் நகைச்சுவை உணர்வு இல்லாத நோயாளிகள். இந்த உலகத்திலேயே மிகப் பெரிய தண்டனை என்னவென்றால், நகைச்சுவை உணர்வு இல்லாதவர்களிடம் உரையாடுவதுதான்.

இப்படிப்பட்ட இறுக்கமான சமூகத்தில் ஒரு எழுத்தாளனாக வாழ்வதன் அவலம் பற்றி இன்று மதியம் பரமனிடம் புலம்பிக்கொண்டிருந்தபோது அவன் சொன்னான்: சாக்கடையைச் சுத்தம் செய்பவனுக்கு குவார்ட்டர் பிராந்தி எப்படித் தேவைப்படுகிறதோ அதைப் போலவேதான் இந்த சமூகத்தில் இயங்குவதற்கு கிண்டலும் பகடியும் தேவைப்படுகிறது. இல்லாவிட்டால் சமூக உறுப்பினர்கள் அவர்களின் மனநோயை நம்மீது திணித்து நம்மைப் பைத்தியக்காரர்களாக்கிவிடுவார்கள் போலிருக்கிறது. ஒரே ஒரு உதாரணம்: டிசம்பரில் வர இருக்கும் என்னுடைய ஏழெட்டு புத்தகங்களை ப்ரூஃப் பார்ப்பதற்காக நடுநிசி இரண்டு மணிக்கே எழுந்து அந்த வேலையைச் செய்து கொண்டிருக்கிறேன். இப்படி தினமும் இரண்டு மணிக்கே எழுந்து கொள்வதால் தூக்கம் பிய்த்துக்கொண்டு போகிறது. அதனால் மேஜையின் மீது தூங்கி விழுந்துவிடாமல் இருக்க ஒரு துணியைக் கொண்டு என் தலையை நாற்காலியோடு சேர்த்துக் கட்டிக்கொள்கிறேன். தூக்கத்தில் தலை சாய்ந்தால் துணி இழுக்கும். உங்களால் நம்ப முடிகிறதோ இல்லையோ, இப்படித்தான் வேலை செய்கிறேன். இந்த நிலையில், ஒரு ஆள் எனக்கு போன் செய்து நான் பேசும் நிலையில் இல்லை என்றதும் தமிழில் உள்ள அத்தனை கெட்ட வார்த்தைகளையும் கொண்டு திட்டுகிறான்; கொலை செய்வேன் என்று மிரட்டுகிறான். போலீசில்

புகார் கொடுத்த பிறகும் இதே சொல்கிறான். அவனோடு நான் பேச வேண்டுமாம். முடியாது. இந்த மிரட்டலுக்கெல்லாம் நான் அசர மாட்டேன். நீ வேண்டுமானால் என்னைக் கொலை செய்து கொள்; நான் தயார்.

மன நோயாளிகளின் நடுவே எழுதிக்கொண்டிருப்பதுபோல் இருக்கிறது. அந்தக் காரணத்தினால்தான் நகைச்சுவை தேவையாய் இருக்கிறது. ஏன் என்னையே நான் எந்த அளவுக்குப் பகடி செய்து கொண்டிருக்கிறேன்? அப்படி இருக்கும்போது மற்றொரு மனிதனை அல்லது சமூகத்தைப் பகடி செய்யக்கூடாதா?

ஏன், நேற்றுகூட அப்படி ஒரு சம்பவம் நடந்தது. நானும் பரமாத்மாவும் மும்முரமாக பேசிக்கொண்டிருந்தோம். அப்போது ஒரு சேல்ஸ் கேர்ள் வந்து குறுக்கிட, நான் அவசரமாக வேண்டாம் வேண்டாம் என்று கத்தி விரட்டிவிட்டேன். உடனே நான் செய்தது தவறு என்று தோன்றியது. இருக்கும் இடம் பரமாத்மாவின் வீடு. அதனால் உடனே அவனிடம் மன்னிப்பு கேட்டுக்கொண்டேன் இப்படி: ஸாரி பரமா... நீ விருப்பத்துடன் பேசி இருப்பாய்; உன் வாய்ப்பைக் கெடுத்துவிட்டேன். மன்னித்து விடு...

சிரித்ததில் அவன் குடித்துக்கொண்டிருந்த காபி அவன் சட்டையில் சிந்திவிட்டது.

ஷேக்ஸ்பியரின் மின்னஞ்சல் முகவரி

செலக்டிவ் அம்னீஷியா என்ற வார்த்தையை நாம் அரசியலில் கேள்விப்பட்டிருக்கிறோம். எனக்கும் அது பொருந்தும்போல் இருக்கிறது. 15 ஆண்டுகளுக்கு முன்னால் நடந்த விஷயம் ஞாபகம் இருக்கிறது; ஆனால் நேற்று நடந்த விஷயம் மறந்துவிடுகிறது. எது எப்படி. இருந்தாலும் நான் சாந்தகுமார் என்ற நண்பரை அடியோடு மறந்துபோனதை என்னாலேயே மன்னிக்க முடியவில்லை.

இரண்டு மாதங்களுக்கு முன்பு ஒருநாள் அந்தத் தொலைபேசி அழைப்பு வந்தது. "நான் சாந்தகுமார் பேசுகிறேன்; சௌக்கியமா?" வெகு நாட்கள் பழகியது போன்ற ஒரு தொனி அந்தக் குரலில் தெரிந்தது. எனக்கோ அந்தப் பெயரைக் கனவிலும் கேட்டதாக ஞாபகமில்லை. "சந்திக்கலாமா?" என்றார். அப்போதுதான் நான் ஒரு பத்திரிகைக்கு அவசரமாக எழுதிக்கொண்டிருந்தேன்.

'நாளை நானே அழைக்கிறேன்' என்று சொல்லி பேச்சைத் துண்டித்துவிட்டேன். மறுநாளும் ஏதோ ஒரு அவசர வேலை. அழைக்க முடியவில்லை. அதோடு அந்தத் தொலைபேசி எண்ணை 'சேவ்' பண்ணியும் வைத்துக் கொள்ளவில்லை. மறுநாளும் அழைத்தார். அப்போதும் முந்தின தினம் சொன்ன அதே வசனத்தைச் சொன்னேன். துரதிர்ஷ்டவசமாக மூன்றாவது நாளும் எனக்கு ஒரு அவசர வேலை. அன்றும் அவரே அழைத்தார். "தவறாக நினைக்காதீர்கள் சாந்தகுமார்; மதியம் மூன்று மணிக்கு நிச்சயம் அழைக்கிறேன்" என்றேன்.

மூன்று மணி ஆகியும் என் வேலை முடியாததால் அவரை அழைக்க முடியவில்லை. ஆனால் சரியாக மூன்று மணிக்கு அவர் போன் வந்தது. இனியும் ஒத்திப் போட்டால் சரியாக இருக்காது என்று பேச

ஆரம்பித்தேன். சாந்தகுமார் சொன்ன விஷயத்தின் சாரம் இதுதான். அவரும் நானும் இரண்டு ஆண்டுகளுக்கு முன்னால் போகாத பப் இல்லை; போகாத க்ளப் இல்லை. ஆறு மாதம் இப்படிச் சுற்றி யிருக்கிறோம். பிறகு அவர் மலேஷியா போய்விட்டதால் அவரால் தொடர்புகொள்ள முடியவில்லை. போனும் தொலைந்துவிட்டதால் என்னுடைய நம்பரும் அவரிடம் இல்லை.

பிறகு எப்படி இப்போது பேசுகிறார்? சென்ற வாரம் நடந்த ஒரு இலக்கிய விழாவில் அவர் என்னை சந்தித்துப் பேசியிருக்கிறார். ஆனால் அப்போது அவரை நான் அடையாளமே தெரிந்து கொள்ளவில்லை. அப்போதுதான் என் போன் நம்பரை வாங்கிக்கொண்டிருக்கிறார்.

எனக்கு என்னைப் பற்றியே ஆச்சரியமாக இருந்தது. ஆறு மாத காலம் நெருங்கிப் பழகிய ஒரு நண்பரின் முகம் இரண்டே ஆண்டுகளில் எப்படி சுத்தமாக மறந்து போகும்?

ஆனால் கூடவே ஒரு சமாதானமும் தோன்றியது. எத்தனையோ பேருடன் பப்புக்குப் போகிறோம். அதை எப்படி ஞாபகம் வைத்துக் கொள்ள முடியும்? அதோடு, சரக்கு சாப்பிட்டால் எனக்கு எல்லா விஷயங்களும் மறந்துவிடுகின்றன. ஒருநாள் நடந்த விஷயத்தைக் கேளுங்கள். நானும் மனோகர் என்ற நண்பனும் சாப்பிடக் கிளம்பி னோம். மனோகர் சொன்னான், இந்த வேகாத வெயிலில் ஒரு பியர் அடித்துவிட்டுப் பிறகு சாப்பிடலாமே என்று. ஒரு பியர் என்பது ஆளுக்கு ஒன்றரை பியர் ஆயிற்று. சாப்பாட்டுக்கு வைத்திருந்த பணத்தில் பியர் குடித்துவிட்டதால் அடுத்து சாப்பாட்டுக்கு என்ன செய்வது என்ற யோசனை வந்தது.

இப்போது கையில் 500 ரூ. இருந்தால் கவலையில்லாமல் இரண்டு பேர் நிம்மதியாக சாப்பிடலாம். வீட்டில் போய் எடுத்து வரலாம் என்றால் இப்போதுதானே சாப்பிடுவதற்கு 500 ரூ. எடுத்துக்கொண்டு போனீர்கள் என்று கேட்பாள் தர்மபத்தினி. மனோகர் முன்பெல்லாம் ஏ.டி.யெம். கார்டு வைத்திருப்பான். ஆனால் ஒருநாள் குடித்து விட்டு மப்பில் கார்டைத் தொலைத்ததிலிருந்து கார்டை அவனுடைய தர்ம பத்தினியே வைத்து தர்மபரிபாலனம் செய்துகொண்டிருக்கிறாள்.

இம்மாதிரி தருணத்தில் உதவக்கூடியவன் கிருஷ்ணாதான். ஆபத்பாந்தவன். "உடனே வாருங்கள் இரண்டுபேரும்" என்றான். அவன் ஆபீசுக்குப் போனோம். அவன் வரும்வரை அவனுடைய அறையில் இருக்கச் செய்தார் அவனுடைய உதவியாளர். அடிக்கடி இப்படி நாங்கள் கிருஷ்ணாவின் ஆபீசுக்குப் போவதால் அவனுடைய உதவியாளர் எங்களுக்கு மிகவும் தெரிந்தவராகிவிட்டார்.

ஆனால் மறுநாள் கிருஷ்ணா என்னைக் கேட்டான், "நேற்று என்ன சரக்கு சாப்பிட்டீர்கள்?" என்று.

"ஏன், என்ன விஷயம்?"

“ஒன்றுமில்லை; நம் அஸிஸ்டெண்ட் நான் உள்ளே நுழையும்போதே ‘ரெண்டும் ரொம்ப டைட்டா இருக்கு, ‘உள்ளே’ என்று சொன்னார், அதனால் கேட்டேன்...”

அடப்பாவிகளா, வாழ்க்கை இப்படியா மாறிப் போக வேண்டும்? ஒன்றரை பியருக்கு டைட்டா? பியர் குடிப்பவர்களை மட்டமாகப் பார்த்த காலமெல்லாம் ஞாபகம் வந்தது. பிறகுதான் தெரிந்தது, எல்லாவற்றிலும் கலப்படம் நடப்பதுபோல் பியரிலும் கலப்படம் என்பதால் வந்த போதை அது என்று. ஆனால் எப்படியோ, பியர் அடித்து டைட்டாக ஆகும் அளவுக்கு ஆகிவிட்டது உடல்நிலை. இப்படிப்பட்ட சூழலில் மப்பில் இருக்கும்போது மனோகர் ஏ.டி.யெம். கார்டைத் தொலைத்தது ஒன்றும் அவ்வளவு ஆச்சரியம் இல்லை. பிறகு மனோகரின் மனைவிதான் டூப்ளிகேட் கார்டு வாங்க அலையாய் அலைந்திருக்கிறாள். அந்த வரலாற்றுச் சம்பவத்திலிருந்துதான் மனோகரின் கையை விட்டுப் போனது ஏ.டி.யெம். கார்டு.

இந்த நிலையில் ஒன்றாக பப்புக்குப் போயிருக்கிறோம் என்பதை ஒரு அடையாளமாகச் சொல்ல முடியுமா என்ற தார்மீகக் கேள்வி எனக்குள் எழுந்தது. ஆனால் அதை நான் சாந்தகுமாரிடம் சொல்லவில்லை. அவரும் எனக்கு ஞாபகம் வருவதற்காக என்னென்னவோ அடையாளங்களைச் சொல்லிப் பார்த்தார். எதுவும் எனக்கு விளங்கவில்லை. பிறகு அவர் “ஒருமுறை நீங்கள் டெல்லி போவதற்காக விமான டிக்கட் எடுத்துக் கொடுத்தேனே, ஞாபகம் இருக்கிறதா?” என்றார்.

“அடப்பாவி, நம் சாந்தகுமாரா? உங்களை எப்படி நான் மறக்க முடியும்? ஏன் அப்பாவின் பெயரைச் சொல்லவில்லை? சொல்லியி ருந்தால் உடனே எனக்குத் தெரிந்திருக்குமே?” என்றேன்.

“நான்தான் அப்பா பெயரை எங்குமே பயன்படுத்த மாட்டேன் என்று உங்களுக்குத் தெரியுமே?” என்றார் சாந்தகுமார்.

சாந்தகுமாரின் தந்தை ஒரு மத்திய மந்திரி. ஆனால் அந்தக் காலத்து மனிதர். நேர்மைக்கு ஒரு உதாரணம். இந்த விஷயத்தில் சாந்தகுமாரும் தந்தை மாதிரியேதான். மற்றபடி, சரக்கு அடிப்பது என்பதெல்லாம் வேறு.

ஆனால் இந்தக் காலத்தில் நேர்மையாக இருந்தால் நம் தலையில் மிளகாய் அரைத்துவிடுகிறார்களே? “அரைத்தால் அரைக்கட்டும்; நாம் ஏன் நம்மை மாற்றிக்கொள்ள வேண்டும்?” என்பார் சாந்தகுமார்.

ஒருநாள் சாந்தகுமாரின் வீட்டுக்கு நானும் மனோகரும் போ யிருந்தோம். அவர் வீட்டுக்கு நாங்கள் போவது மிகவும் அரிது. ஆபீசிலேயே பார்த்துக் காசை வாங்கிக்கொண்டு கிளம்பிவிடுவதோடு சரி. நாங்கள் மூவரும் அப்படி சாவகாசமாகக் கூடிப் பேசி ரொம்ப நாள் ஆகிறது. “சரக்கு அடிக்கலாமா?” என்று கேட்டார் சாந்தகுமார்.

“ஓ அடிக்கலாமே?” என்றேன்.

“என்ன சரக்கு என்று முடிவு பண்ணுங்கள். இங்கே அப்ஸொலூட் வோட்காவும் இருக்கிறது; ஸ்காட் சும் இருக்கிறது” என்றார்.

வோட்கா என்று முடிவாயிற்று. முதல் பெக் தண்ணீர் மாதிரி இருந்தது. நான் ரொம்பவே பயந்துபோனேன். வீரியமான வோட்காவே இப்படித் தண்ணீர்மாதிரி இருக்கிறது என்றால் நாம் ஒரு பயங்கர குடிகாரனாகிவிட்டோமோ; கிட்னி பழுதாகிவிட்டதோ; சில குடிகாரர்களைப் பார்த்து ‘இவன் உடம்பில் ரத்தம் ஓடவில்லை; விஸ்கியும் பிராந்தியும் தான் ஓடுகிறது’ என்று சொல்வோமே, அந்த மாதிரி ஆகிவிட்டோமா என்றெல்லாம் கவலை பிடுங்கித் தின்ன ஆரம்பித்தது.

ஒன்றும் சொல்லாமல் இரண்டாவது பெக்கை போட்டுக் குடித்தால் அதுவும் தண்ணீர்மாதிரியே இருந்தது. எனக்கு ஒரே குழப்பம். அவர்கள் எப்படி எந்தப் புகாரும் இல்லாமல் குடிக்கிறார்கள்? என்னுடைய இத்தனை ஆண்டுக்கால குடி அனுபவத்திற்கு இது ஒரு சவாலாகவே தோன்றியது. உடனே ஒரு வேலை செய்தேன். மூன்றாவது பெக்குக்கு வோட்காவில் தண்ணீரே கலக்காமல் குடித்தேன். அதுவும் பச்சைத் தண்ணீராகவே இருந்தது. பிறகு அவர்களையும் அதைக் குடித்துப் பார்க்கச் சொன்னேன்.

வெறும் தண்ணீர். எங்களுக்கு ஒரே ஆச்சரியம். வோட்கா எப்படித் தண்ணீராக மாற முடியும்? ஆனால் வோட்காவின் வாசனை மட்டும் வந்தது.

பொறுங்கள்; வேறொரு பாட்டில் எடுத்து வருகிறேன் என்று சொல்லிவிட்டு வேறொரு பாட்டிலை எடுத்துக் கொடுத்தார். அதுவும் அப்சொலூட் வோட்கா. வேறு மணம். ஆனால் ஆச்சரியகரமாக அதுவும் பச்சைத் தண்ணீராகவே இருந்தது. சரி, இன்னொரு பாட்டில் இந்த அலமாரியில் வைத்திருந்தேன் என்று சொல்லிவிட்டுத் தேட ஆரம்பித்தார் சாந்தகுமார், அப்போது அங்கே வந்த அவர் மனைவியிடம் விஷயத்தைச் சொல்லி அவரையும் தேடச் செய்தார். தேடிக்கொண்டிருந்தபோது “சீக்கிரம் தேடுடி. அந்த எழுத்தாளர் இதையும் சேர்த்து எழுதிவிடப் போகிறார்” என்றார் வேடிக்கையாக.

என்ன ஒரு துரதிர்ஷ்டம்! அந்த பாட்டிலும் தண்ணீர்தான். எந்த பாட்டிலிலும் பாதிக்குப் பாதிகூட வோட்கா இல்லை. சுத்தமான பச்சைத் தண்ணீர். ‘சுத்தமான’ என்பதை அப்படியே அர்த்தப்படுத்திக் கொண்டுவிடாதீர்கள், வோட்காவை எடுத்துவிட்டுத் தண்ணீரை ஊற்றிய புண்ணியவான் எந்தக் கசம் பிடித்த தண்ணீரை ஊற்றினானோ?

விஷயம் என்னவென்றால், சாந்தகுமார் எல்லோரையும் நம்பிவிடுவார். அவருடைய வீட்டில் நான்கைந்து பணியாளர்கள் உண்டு. யாரும் வீட்டுக்குள் எந்த இடத்துக்கும் போகலாம், வரலாம். இவரோ அரசியல் பணியின் நிமித்தம் ஊர் ஊராகச் சுற்றிக் கொண்டிருப்பவர்.

பணியாட்களே வோட்காவைக் குடித்துவிட்டுத் தண்ணீரை ஊற்றி வைத்திருக்கிறார்கள்.

மறுநாள் "இதுபற்றி பணியாட்களிடம் விசாரித்தீர்களா?" என்று கேட்டேன். "எதை வைத்து விசாரிப்பது? என்ன ஆதாரம் இருக்கிறது? எல்லோருமே நான் இல்லை நீ இல்லை என்றுதானே சொல்வார்கள்?" என்றார் சாந்தகுமார்.

"இந்த வோட்கா சம்பவத்தையே எனக்கு நீங்கள் அடையாளமாகச் சொல்லியிருக்கலாமே?" என்று கேட்டேன்.

"என்னைப்பற்றி நீங்கள் எந்த நினைவும் இல்லாமல் இருந்ததைப் பார்த்து எனக்கு ஒருமாதிரி பதற்றமாகிவிட்டது. 'நம்மை முழுசாக மறந்துவிட்ட இந்த ஆளுக்கு ஏன் இப்படி வரிந்து வரிந்து போன் செய்கிறோம்' என்றுகூட நினைத்துவிட்டேன்" என்றார்.

பிறகு சாந்தகுமாருடனான பழைய நட்பு முன்னைவிட பலமாக புதுப்பிக்கப்பட்டது. அவரைப் பற்றியும் அவர் குடும்பத்தைப் பற்றியும் விரிவாகத் தெரிந்துகொண்டேன். ஒருநாள் அவர் ஒரு இயக்குனரின் தொலைபேசி எண்ணைக் கேட்டார். எதற்கு என்றேன்.

"ஏதோ என் வாழ்க்கையை ஒளிந்திருந்து பார்த்ததுபோல் அப்படியே எடுத்திருக்கிறார்; அதனால் பேச நினைத்தேன்" என்றார்.

ஆனால் அந்தக் குறிப்பிட்ட படத்தில் காதலர்கள் சேரவில்லை. சாந்தகுமாரும் அவருடைய கேரளத்து சிரியன் கிறிஸ்டியன் காதலியும் சேர்ந்துவிட்டார்கள். கிட்டத்தட்ட அந்தப் படத்தின் வசனம்கூட அப்படியே இவர் வாழ்க்கையில் இடம் பெற்றிருக்கிறது. எப்படி?

"ஸ்கூல் படிக்கும்போதே எனக்கு அவள் மீது காதல் வந்துவிட்டது. ஆனால் அவள் கல்லூரி முதல் ஆண்டு படிக்கும்போதுதான் ஒத்துக்கொண்டாள். உடனே திருமணமும் செய்து கொண்டோம்."

"என்னது திருமணமா?"

ஆமாம்; 20 வயதிலேயே 21 என்று பொய் சர்ட்டிஃபிகேட் கொடுத்து திருமணம் செய்துவிட்டோம். பிறகு திருமண வயது வந்ததும் சட்டப்படி ஒரு திருமணம் செய்து கொண்டோம். முதல்முறையாக அவளிடம் "நாம் திருமணம் செய்துகொள்ளலாம்" என்று நான் சொன்னபோது அவள் கேட்ட முதல் கேள்வி, "ஸ்கூல் முடித்துவிட்டு நீ என்ன படிக்கப் போகிறாய்?" என்பதுதான். "நான் என் அப்பாவைப் போலவே வக்கீலுக்குப் படிக்கப் போகிறேன்" என்றேன். "போச்சுடா, என் அப்பாவுக்கு வக்கீல் என்றாலே பிடிக்காது" என்றாள்.

சாந்தகுமார் என்னிடம் சொன்ன கதை பெரிய நாவலைப் போல் இருந்தது. இன்னொரு சினிமாகூட எடுக்கலாம். அதில் சுவாரசியமான பகுதி, சாந்தகுமாரின் மகள். வயது எட்டு. நான்காம் வகுப்பு படிக்கிறாள். பெயர் கவிதா.

என்னுடைய புத்தகங்கள் எல்லாவற்றையும் உடனுக்குடன் வாங்கி விடுவார் சாந்தகுமார். அந்தப் புத்தகங்களின் அட்டையில் உள்ள என் புகைப்படத்தையும், அவ்வப்போது நான் டி.வி.யில் வருவதையும் பார்த்து கவிதாவுக்கு என்னைத் தெரியும். ஒருநாள் சாந்தகுமார் வீட்டில் என்னைப் பற்றிய பேச்சு வந்திருக்கிறது. "சாருவை எனக்குத் தெரியும்" என்று சொல்லியிருக்கிறார் சாந்தகுமார். கவிதாவுக்கு அதை நம்ப முடியவில்லை. "அவ்வளவு பெரிய எழுத்தாளர் உனக்கு எப்படித் தெரியும்?" என்று கேட்டிருக்கிறாள்.

ஒருநாள் சாந்தகுமார் எனக்கு ஏதோ மெயில் அனுப்பிக்கொண்டிருந்தபோது எட்டிப் பார்த்திருக்கிறாள் கவிதா. அதில் என் பெயரைப் பார்த்ததும் "ஓ, மெயில் போடும் அளவுக்கு அவரை உனக்குத் தெரியுமா?" என்று கேட்டிருக்கிறாள்.

"ஓ, தெரியுமே!"

"அப்படியானால் அப்பா, எனக்கு ஒரு சின்ன உதவி செய்யேன்."

"என்ன உதவி?"

"எனக்கு ஷேக்ஸ்பியர் என்றால் ரொம்பப் பிடிக்கும்; உன் சாருவிடம் கேட்டு ஷேக்ஸ்பியரின் மெயில் ஐ.டி.யை வாங்கிக் கொடு..."

பிணவறைக் காப்பாளன்

சுமார் 3 வயது மதிக்கத்தக்க, தனியாகத் துண்டிக்கப்பட்ட ஆணின் தலை ஒன்று கண்டெடுக்கப்பட்டது. அதைப் பரிசோதித்து ஆய்வு செய்ததில் தலையின் 4வது மற்றும் 5வது கழுத்து எலும்புகளுக்கு இடையே உள்ள குருத்து எலும்பு, அதைச் சுற்றியுள்ள தசைகள், ரத்த நாளங்கள், நரம்புகள், உணவுக் குழாய், மூச்சுக் குழாய் மற்றும் தண்டுவடம் எல்லாம் வெட்டிய நிலையில் காணப்பட்டன.

சமீபகாலத்தில்தான் எனக்கு உங்கள் எழுத்து அறிமுகமானது. ஆனால் அதற்குள் நீங்கள் என் பிரியமான தோழன் ஆகிவிட்டீர்கள். எப்படி நம் நட்பு முறியும். நீங்கள் எனக்கு நண்பர் என்பதை என்னால் நம்பக்கூட முடியவில்லை. இப்போதும் இது ஒரு கனவுதானோ என்று என்னை நானே கிள்ளிப் பார்ப்பதுண்டு. முதலில் உங்கள் கடிதத்தைப் பார்த்து நான் நிஜமாகவே உன்மத்தம் கொண்டது போல் ஆகிவிட்டேன்.

வலது தாடையில் வலது கண் புருவத்திற்கு வெளிப்புறமாக 2 செ.மீ. அளவு எலும்பில் 3 செ.மீ. ஆழத்தில் சென்றிருந்தது வெட்டுக்காயம். அந்தக் காயத்தை அறுத்து ஆய்வு செய்தபோது அதன்கீழ் உள்ள தசைகள், ரத்த நாளங்கள், நரம்புகள் மற்றும் கீழ்த்தாடையின் புறப்பகுதி எல்லாவற்றிலும் வெட்டுக் காயங்கள் காணப்பட்டன.

திருநெல்வேலி மாவட்டத்தில் சங்கரன்கோவில் அருகே உள்ள ஒரு சிற்றூர் செந்தட்டி. அங்குள்ள முப்பிடாதி அம்மன் கோவிலுக்குள் தலித்துகளுக்கு அனுமதி இல்லை. அனுமதி கேட்டதால் இரண்டு தலித்துகள் கொலை செய்தியை விலாவாரியாக சேகரித்து வெளியிட்டபோது "இதோடு மேலவளவு முருகேசனின் கொலையையும் சேர்த்து விடு" என்றார் எடிட்டர்.

தேர்வும் தொகுப்பும்: ந.முருகேசபாண்டியன்

பனிரெண்டு ஆண்டுகளுக்கு முன்பு மதுரையில் உள்ள மேலவளவு என்ற ஊரில் வெட்டிக் கொல்லப்பட்ட ஒரு தலித் இளைஞன் முருகேசன். இப்போது அந்தக் கேசை எடுத்து ஆராய்ச்சி செய்து வெளியிடுவதைவிட முருகேசனின் பிரேதப் பரிசோதனை அறிக்கை யையே வெளியிட்டுவிடலாம் என்று தோன்றியது பெருமாளுக்கு.

என் நண்பனிடம் அதை வெளிப்படுத்தினேன். அடுத்த நாள் அவனிடமிருந்து கிடைத்தது நிறைய திட்டுதான். அவனை நான் பூனை சுரண்டுவதுபோல் சுரண்டிவிட்டேனாம். அவன் உடம்புபூராவும் என் நீண்ட நகங்களின் அடையாளங்கள். அவனுடைய சிவப்புத் தோல் இன்னும் சிவப்பாகி ரத்தம் வழியும் அளவிற்கு நொந்து போ யிருந்தது. பாவம். அவனுக்கு உங்கள் பெயரைக்கூட்டம் ஒழுங்காக உச்சரிக்கத் தெரியாது. பச்சைக் கண்ணன் ஆம்ஸ்டர்டாம்காரன் பரிதாபமாக அவனை நான் பார்க்க அவனும் என்னைப் பரிதாபமாகப் பார்த்துக் கேட்டான். உனக்கு பெருமாள் மீது சோஃப்ட் கார்னர் தொடங்கிவிட்டதா என்று. ஒரு நிமிடம் பதில் சொல்ல முடியவில்லை.

இடது கன்னத்தில் இடதுபுறப்பகுதிக்கு 5 செ.மீ. கீழே 4 செ.மீ. நீளத்தில் ஒரு வெட்டுக்காயம் காணப்பட்டது. அந்தக் காயத்தின் ஓரப்பகுதி சீராகக் காணப்பட்டது.

அவனிடம் சொன்னேன், நான் அவரின் எழுத்துக்களை துலிப் பூக்களைவிட ரசிக்கிறேன். ஏறக்குறைய அரோரா போரியலிஸ் அளவிற்கு. ஒருகணம் என்னை விழித்துப் பார்த்தான். பிறகு அவனுக்கே உரித்தான புன்னகையுடன், நோ ப்ரோப்ளம் டியர் என்றான்.

அப்சொல்யூட் வோட்கா நான்கு ரவுண்டை விழுங்கிவிட்டுத் தூங்கிக் கொண்டிருந்த பெருமாளின் உணர்வுகள் உறக்கமும் விழிப்புமற்ற நிலையில் இருந்ததால் அவனால் ஒருகணம் ஆபீஸில் இருக்கிறோமா அல்லது தூங்கிக்கொண்டிருக்கிறோமா என்றே நிதானிக்க முடியாதபடி இருந்தது.

எல்லாம் ஒரு Chat-இல்தான் ஆரம்பித்தது. சாந்தினி என்று அறிமுகப்படுத்திக்கொண்டாள். கல்லூரி முதலாண்டு மாணவி. ஐயோ? ஆமாம், வயது 17 என்றுதான் சொன்னாள். அடடா, அப்படியானால் இது ஒரு பீடஃபைல் கதை என்ற விமர்சனம் வருமே? அதற்கு அவன் என்ன செய்வான்? அவள் சொன்ன வயது அதுதான். பெருமாளுக்கு எதையும் கற்பனையாக இட்டுக்கட்டி எழுதத் தெரியாது. அவன் பத்திரிகைக்கு செய்தி எழுதினாலும் சரி, கதை எழுதினாலும் சரி. அதில் நிஜம் மட்டுமே இருக்கும். இந்தக் கதையை அவன் இன்னும் ஒரு ஆண்டு கழித்து எழுதியிருந்தால் இந்தப் பழியிலிருந்து அவன் தப்பியிருக்கலாம்.

இந்த வயதிலேயே சாந்தினிக்கு ஒரு பாய் ஃப்ரெண்ட் இருந்தான். இப்போது பெருமாள் இரண்டாவது. எடுத்த எடுப்பிலேயே அவன்

உண்மையைச் சொல்லிவிட்டான். இதோ பார் உன் தந்தையைவிட எனக்கு வயது அதிகம் என்று.

யாருக்கு வேண்டும் உன் வயது; நீதான் வேண்டும் எனக்கு என்று வசனம் எழுதி அந்த வயதுப் பிரச்சினையை ஒரே அமுக்காக அமுக்கிவிட்டாள். சாந்தினிக்கு அவன் குத்து மதிப்பாக ஒரு 35 வயது மதிப்பிட்டிருந்தான். கணினி யுகத்தில் இதெல்லாம் சகஜம். நேரில் பார்க்கும் வரை உண்மையான வயதுக்கு எந்த உத்தரவாதமும் கிடையாது. ஆனால் நேரில் பார்த்தபோது அவள் அரட்டையில் சொன்ன விஷயங்களில் எதுவும் பொய் இல்லை என்று கண்டு கொண்டான்.

பெருமாளின் மனைவி மீரா ஒரு பதினேழு வயது பையனுக்கு 'ஹீலிங்' கொடுத்துக்கொண்டிருந்தாள். ஒரு குச்சியை அவனுடைய தலையின் மீது வைத்து ஐந்து நிமிடம் எதோ ஜெபித்தாள். அதற்கு மேல் குச்சியை எடுத்துவிட்டாள். ஆனால் பையன் சுயநினைவு திரும்பவில்லை. அரைமணி நேரம் ஆகியும் அப்படியே ஆடாமல் அசையாமல் புத்தரைப் போல் அமர்ந்திருந்த தன் பையனைப் பார்த்து மிரண்டு போனாள் ஈஸ்வரி. பையனின் அம்மா. ஒரு நிமிடம் கூட ஒரு இடத்தில் தங்கி அவனைப் பார்த்ததில்லை அவள். அவனுக்கு ஏதாவது ஏடாகூடம் ஆகிவிடுவதற்குள் அவனை சுய நினைவுக்குத் திரும்ப வைக்க வேண்டும் என்று ஈஸ்வரியின் மனம் பதறியது.

மத்தியதர வர்க்கக் குடும்பத் தலைவிகளின் அடையாளம் இந்தியாவில் என்னவாக இருக்கிறது? அவ்வப்போது ரேஷன் கடைக்குச் செல்ல வேண்டும். தெருவில் வரும் தள்ளுவண்டிக் காய்கறிக்காரனிடம் பேரம் பேசி காய்கறி வாங்க வேண்டும். வேலைக்குச் செல்லும் பெண்ணாக இருந்தால் தாமதமாகச் செல்வதற்காக செக்ஷன் ஆபீசரிடம் கொஞ்சம் அசடு வழிய வேண்டும். பள்ளிக்கூடத்தில் பெற்றோர் - ஆசிரியர் சந்திப்பின்போது டீச்சர்கள் சொல்வதற்கெல்லாம் பூம்பூம் மாடு மாதிரி தலையை ஆட்ட வேண்டும். கணவன் திட்டினாலும் அதே எதிர்வினைதான். ரொம்ப மிஞ்சிப் போனால் எப்போதாவது சண்டை பிடிக்கலாம். அதற்கேதும் தடையில்லை.

இப்படிப்பட்ட பெண்களைப் பிடித்து ஆச்சாரியா பயிற்சி கொடுத்து 4000 பேருக்கு முன்னால் மேடையில் நடுநாயகமாக அமரச் செய்து பிரசங்கம் செய்யச் செய்தால் பிறகு எந்தப் பெண்ணுக்குத்தான் குடும்ப அமைப்பின் மீது மரியாதை இருக்கும்? இந்த ஆன்மீக குருவைப் பற்றிய சரியான அறிமுகம் மட்டும் கிடைத்துவிட்டால் இந்தியாவில் உள்ள அத்தனை நடுத்தர வர்க்கத்துப் பெண்களும் அவர் பின்னே ஓடிவிடுவார்கள் என்பதில் பெருமாளுக்குச் சிறிதும் சந்தேகம் இல்லை.

இறுதிக்கட்ட போர் நடந்துகொண்டிருக்கிறது. விடுதலைப் படைகள் ஆயிரக்கணக்கான மக்களைக் கேடயமாகப் பயன்படுத்திப் பதுங்கி யிருக்கிறது. ராணுவம் சுட்டுக்கொண்டே முன்னேறிக் கொண்டிருக்கிறது.

வீதி ஓரமாக ஒரு தாய், தனது குழந்தையை இறுகப் பிடித்தபடி நின்று கொண்டிருக்கிறாள். குழந்தை இறந்துபோயிருக்கிறது. அந்தக் குழுந்தையைத் தாயால் எடுத்து வர முடியாது. அதை அப்படியே விட்டுவிட்டு வரவும் அவள் விரும்பவில்லை. என்ன செய்வது என்று அவளுக்குத் தெரியவில்லை.

லட்சக்கணக்கான மக்கள் விரைவாக வெளியேறியபடியும் ஒவ்வொரு வரையும் வெளியேற்றிக் கொண்டும் இருந்த அந்த நிலையில், இறுதியில், வீதியோரமாக அந்தக் குழந்தையைப் போட்டுவிட்டு அவளும் வெளியேறிச் சென்றாள். அந்த உடலத்தை அங்கு விட்டுவிட்டுத்தான் அவள் வரவேண்டியிருந்தது. அவளுக்கு வேறு வழி எதுவும் இல்லை.

ஐம்பது வயதுக்குமேல் ஆன்மீகத்தின் பால் திரும்பக்கூடாது என்று வைராக்கியமாய் இருந்தாலும், எல்லா இந்தியர்களையும்போலவே பெருமாளும் சரியாகத் தன் 50ஆவது வயதில் ஆன்மீகத்தின் பக்கம் திரும்பித் தொலைத்தான். திரும்பியவன் அதைத் தன்னோடு வைத்துக்கொண்டிருக்கக் கூடாதா? அந்த ஆன்மீக குருபற்றி மீராவிடம் சொன்னான். அவ்வளவுதான். ஒரே கணத்தில் மீரா ஆன்மீக களப்பணியாளராக மாறிப் போனாள்.

களப்பணியாளர்களுக்கு - அது எந்தவிதமான களப்பணியாக இருந்தாலும் சரி - தனி நபர்கள் மீது அக்கறை கிடையாது. பெருமாள் ஒருமுறை வைரஸ் ஜூரத்தில் விழுந்து கிடந்தபோது அவனைக் கவனித்துக் கொள்ள ஒரு நாதியும் இல்லாமல் இருந்தது. ஆசிரமத்தில் இருந்த மீராவுக்கு மெஸேஜ் கொடுத்தால் “கடவுளைப் பிரார்த்தித்துக் கொள்; அவர் உன்னைக் கவனித்துக் கொள்வார்” என்று பதில் மெஸேஜ் கொடுத்தாள். கடைசி வரையிலும் வரவில்லை. கடவுளும் சரி, மீராவும் சரி.

25 ஆண்டுகளுக்குமுன்பு பெருமாள் ஒரு கம்யூனிச அனுதாபியாக இருந்தான். பிறகு அதில் நம்பிக்கை விட்டுப் போனது வேறு விஷயம். ஆனால் அப்போது அவனுடைய வாழ்வுடன் பிணைந்திருந்த அவன் முதல் மனைவிக்கு அவன் தன் கம்யூனிசத்தின் சாற்றைப் பிழிந்து கொடுத்திருந்தான். அதைப் பருகிய அடுத்த கணமே அவள் ஒரு தீவிர கம்யூனிஸ்ட் ஆக்டிவிஸ்டாக மாறி அவனை விட்டுப் பிரிந்தாள்.

ஆக, எந்த ஆக்டிவிஸமாக இருந்தாலும் அது அவனுடைய வாழ்க்கைத் துணையை அவனிடமிருந்து பிரித்தது என்பதை மட்டும் அவன் தெரிந்து வைத்திருந்தான்.

இன்றைய தினம் அவனுக்குப் பிணங்களாகவே மனத்திரையில் ஓடிக் கொண்டிருந்தது. நன்கு மழிக்கப்பட்ட கன்னங்களுடன் பின்னந்தலையில் கோடரியால் பிளக்கப்பட்டுக் கிடந்த தமிழர் தலைவரின் பிணம்.

தமிழருக்கான சுதந்திரமான பூமி என்ற கனவைச் சொல்லி பல்லா

யிரக்கணக்கான உயிர்களை பலி கொடுத்த தலைவரின் முகத்தின் எதிரே மரணத்தின் நிழல் படிந்ததும் முகச்சவரம் செய்துகொண்டு வெள்ளைக்கொடி பிடித்து சரணடையச் சென்றுவிட்டார்.

1996ஆம் ஆண்டு மேலவளவு ஊராட்சி மன்றத் தலைவர் பதவி தலித்துகளுக்கு ஒதுக்கீடு செய்யப்பட்டது. 10.9.96 அன்று வேட்பு மனு தாக்கல் செய்த முருகேசன் உள்ளிட்டோர் மேல்சாதியினரின் மிரட்டலுக்குப் பயந்து மனுவை வாபஸ் பெற்றனர். பிறகு சமாதானக் கூட்டம் நடந்தது. மீண்டும் நடந்த தேர்தலில் ஓட்டுப் பெட்டிகள் களவாடப்பட்டன. மீண்டும் 31.12.96இல் நடைபெற்ற தேர்தலை மேல் சாதியினர் புறக்கணித்தனர். தலித் மக்கள் மட்டுமே வாக்களிக்க, முருகேசன் தேர்ந்தெடுக்கப்பட்டார். 30.6.97 அன்று முருகேசன் உள்ளிட்ட 6 பேர் 30 பேர் கொண்ட ஒரு கும்பலால் படுகொலை செய்யப்பட்டனர்.

முருகேசனின் தலையைத் தனியே அறுத்தெடுத்த ஒருவன் அந்தத் தலையிலிருந்து பீறிட்டு அடித்த ரத்தத்தை மற்ற தலித்துகளின் வாயில் விட்டுக் குடிக்கச் செய்கிறான்.

பெருமாள், ஒரு மழையுடன் விளையாடும் இனிமை, அமைதி, அழகு அத்தனையையும் உங்களிடம் பெறுகிறேன்.

அவ்வப்போது உங்களின் மாசற்ற காதலும் நேசமும் உண்மையும் மழையின் மணத்தைத் தருகின்றன.

துலிப் தோட்டத்தில் இளம் மழை கொண்டு நடப்பது போன்ற ஒரு பரவச நிலை...

பெருமாளின் நீண்ட நாளைய சகா ஒருவன் தமிழரசன். 25 ஆண்டு களுக்கு முன்னால் பெருமாளும் அவனும் சேர்ந்து டீ குடிக்கக் கூட காசு இல்லாமல் சிங்கி அடித்திருக்கின்றனர். அந்தக் கால கட்டத்தில்தான் ஃபூக்கோவின் Archaelogy of Knowledge புத்தகத்தை இருவருமாகச் சேர்ந்து மொழிபெயர்த்ததும் கூட. பின்னர் ஒரு அரசியல் கட்சியில் சேர்ந்த தமிழரசன் முதல் முயற்சியிலேயே எம்.பி.யாகவும் ஆகிவிட்டான். ஆன கையோடு அவன் செய்த ஒரே ஒரு டீலில் சம்பாதித்த தொகை 800 கோடி என்று அரசியல் மற்றும் பத்திரிகை வட்டாரத்தில் செய்தி பரவியது. அந்தப் பேரத்தில் படிந்தது மொத்தம் 10,000 கோடி என்றும், அதை எல்லோரும் பங்கு பிரித்துக் கொண்டதில் தமிழரசனின் பங்கு 800 கோடி என்றும் சொல்லிக் கொண்டார்கள். எதற்கும் ஆதாரம் இல்லாததால் செய்தியாகப் போட முடியாமல் வெறும் கிசுகிசுவாக மட்டுமே வெளியிட முடிந்தது.

வலதுபுற வயிற்றின் தொப்புளுக்கு 5 செ.மீ. கீழே வெளிப்புறத்தில் 5 செ.மீ X 1.5 செ.மீ. படுக்கை வாட்டில் சாய்வான குத்துக்காயம். அந்தக் காயத்தின் முன்முனை வளைவாகவும் வெளிமுனை கூர்மையாகவும் ஓரங்கள் சீராகவும் காணப்பட்டன. அந்தக் காயத்தை அறுத்து ஆய்வு செய்தபோது, காயம் சாய்வாகப் பின்நோக்கியும் கீழ்நோக்கியும்

உள்நோக்கியும் சென்று சிறுகுடலின் நடுப்பகுதியின் முன் சிறுகுடலும், நடுச்சிறுகுடலும் சந்திக்கும் இடத்திலிருந்து 1.5 செ.மீ x 5.5 செ.மீ. இடைவெளியில் 2.5 செ.மீ. x 15 செ.மீ. அளவு குடல் அறைக்குள் சென்ற நிலையில் காணப்பட்டது.

இது சீனியர் அரசியல்வாதிகளிடையே தமிழரசனுக்குக் கொஞ்சம் கெட்ட பெயரை சம்பாதித்துக் கொடுத்தது என்று சொல்லலாம். வாழ்நாள் பூராவும் அரசியல் செய்தே இவ்வளவு பெரிய தொகையைப் பார்த்ததில்லை; இந்த ஆள் ஒரே பேரத்தில் இவ்வளவு ஒதுக்கிவிட்டானே என்று சீனியர்கள் பொருமிக் கொண்டிருந்தார்கள். ஆனால் கட்சித் தலைவருக்கும் முதலமைச்சருக்கும் இவன்மேல் தனிப்பட்ட பிரியம் இருந்தது. எழுத்தாளன். ஃபூக்கோ அது இது என்று வாயில்நுழையாத பெயர்களையெல்லாம் சொல்கிறான். Economic and Political Weekly மாதிரி பத்திரிகைகளில் ஏகப்பட்ட கட்டுரைகள் எழுதியிருக்கிறான். இப்படி ஒரு ஆள் கட்சிக்கு வேண்டும்தானே?

பாதுகாப்பு வளையப் பகுதிகளான வலைஞர்மடம், முள்ளிவாய்க்கால், இரட்டைவாய்க்கால், அம்பலவன், பொக்கணை, மாத்தளன் மற்றும் இடைக்காடு ஆகிய பகுதிகள் மீது சனிக்கிழமை அரசப்படையினர் தொடர்ச்சியான தாக்குதல்களை நடத்தினர். பதுங்குக் குழியில் அமர்ந்திருந்த 17 வயது சாந்தனின்மேல் பிணங்களாக விழுந்து கொண்டிருந்தன. குழந்தையின் பிணம், வயதான கிழவியின் பிணம், ஆண் பிணம், பெண் பிணம்... ஒரு கட்டத்துக்குமேல் அவனால் பிரித்தறிய முடியவில்லை.

மீட்புக் குழுவினர் வரும்வரை அவன் அந்தப் பிணக்குவியலின் நடுவேதான் குத்துக்காலிட்டு அமர்ந்திருந்தான். ஒரு முழுப் பகலும், ஒரு முழு இரவும் கடந்துதான் அவனுக்கு அந்தப் பிணக்குவியலிலிருந்து விடுதலை கிடைத்தது.

ஒரு அரசாங்க மருத்துவமனையில் அனுமதிக்கப்பட்டிருந்தாள் மீரா. பெருமாள்மீது விரோதம்கொண்ட ஒரு அரசியல் கட்சி அவனைத் தாக்க அவன் வீட்டுக்குள் நுழைந்தபோது மீரா மாட்டிக் கொண்டாள். பெருமாளின் நாய் ரைட்டர் மட்டும் அப்போது பெரிய ரகளை செய்திருக்காவிட்டால் அன்றைய தினம் மீராவின் கதை முடிந்திருக்கும். மாமிச மலை போன்ற நாலு ரவுடிகள்.

கழுத்தில் பலமான அடி. ஒருவன் மீராவின் கழுத்தை சுவற்றோடு பிடித்து அழுத்தியிருக்கிறான். ரைட்டர் ஒரு மனித விரோதமான நாய். வீட்டுக்கு நண்பர்கள் வந்தால்கூட அவர்கள் கிளம்பும் வரை தெருவே அதிர்வதுபோல் விடாமல் குலைத்துக் கொண்டேயிருக்கும். அதுதான் அந்த ரவுடிகளை அன்று குதறித் தள்ளி விரட்டியது.

வலது தோள்பட்டையின் மேல்பகுதி எலும்பில் 8 x 3 x 2 செ.மீ. அளவு ஆழத்திற்கு ஒரு பிளந்த வெட்டுக் காயம் காணப்பட்டது. அந்தக் காயத்தை அறுத்து ஆய்வு செய்தபோது காயம் அதன்

கீழ் உள்ள தசைகள், ரத்த நாளங்கள், நரம்புகள் மற்றும் மேல் கை எலும்பில் பகுதி பகுதியாக வெட்டிய நிலையில் காணப்பட்டது.

அந்த அரசாங்க மருத்துவமனையின் பிணவறைக் கூடத்தில் அப்போது ஏர்கண்டிஷனர் வேலை செய்யவில்லை. நேற்று இரவுதான் அந்த செய்தியில் அப்படி என்ன விசேஷம் இருக்கிறது என்று பெட்டிச் செய்தியாகப் போடாமல், ஏல விளம்பரத்துக்குக் கீழே தள்ளிவிட்டான். அதன் பயனை இவ்வளவு சீக்கிரம் அவனே அனுபவிக்கும்படி நேரும் என்று அவன் நினைத்தும் பார்க்கவில்லை. நேற்று இரவுதான் மீராவின் மீது தாக்குதல் நடந்தது. கொலை முயற்சி, போலீஸ் கேஸ் என்பதால் அரசு மருத்துவமனையில்தான் சிகிச்சை பெற்றாக வேண்டும்.

நாற்றம் குடலைப் பிடுங்கியதால் பிணவறைக் கூடத்தைப் பார்த்து வரலாம் என்று புறப்பட்டான் பெருமாள். பார்த்தால் அங்கே கதிரவன். பெருமாள் ஒரு காலத்தில் கம்யூனிஸ்ட் அனுதாபியாக இருந்தபோது கதிரவனான நட்பு ஏற்பட்டது. ஒரு வங்கிக் கொள்ளையில் ஈடுபட்டு யூ.ஜி.யாக இருந்த கதிரவன் சில தினங்கள் பெருமாளின் அறையில் தங்கியிருக்கிறான்.

பிறகு கதிரவன் மாட்டிக்கொண்டான் என்றும், ஐந்து ஆண்டுகள் தண்டனை கிடைத்தது என்றும் கேள்விப்பட்டதோடு சரி. அதற்குப் பிறகு அவனுடைய தொடர்பு போய்விட்டது.

இரண்டு குழந்தைகளாம். குடும்பம் கிராமத்தில் இருக்கிறது. இங்கே கொஞ்ச நாள் ஆட்டோ ஓட்டிவிட்டு, இந்த வேலை ஒரு தோழரின் சிபாரிசில் கிடைத்து இங்கே ஒட்டிக்கொண்டானாம். ஒரு காலத்தில் மார்க்ஸ், ஏங்கெல்ஸ், மாவோ என்று புத்தகம் புத்தகமாகக் கரைத்துக் குடித்து, புரட்சியிலேயே வாழ்ந்து, புரட்சியையே சுவாசித்துக் கொண்டிருந்தவன். எதைப் பற்றி பேசினாலும் அது இயங்கியலில்தான் வந்து முடியும். அப்பேர்ப்பட்டவனை இப்போது இத்தனை ஆண்டுகள் கழித்து ஒரு பிணவறைக் காப்பாளனாகப் பார்த்ததில் பெருமாளுக்குப் பெரும் ஆயாசமே ஏற்பட்டது.

எதற்காக இந்த தியாகம்? நம்முடைய வாழ்வை மானுட விடுதலைக்காக அர்ப்பணித்துக்கொள்வது பற்றி பெருமாளுக்கு ஆட்சேபணை இல்லை. ஆனால் நமக்குக் கிடைத்திருக்கும் கொஞ்ச வாழ்வை ஒரு தவறான வழியில் செலவழித்துவிட்டு நிமிர்ந்து பார்த்தால் முதுமை வந்துவிடுகிறதே? இதோ இந்த கதிரவன் பெருமாளைவிட பத்து வயது குறைவானவனாகத்தான் இருப்பான். 46 வயது இருக்கும். ஆனால் பார்க்க பெருமாளைவிட பத்து வயது முதியவனாகத் தோற்றமளித்தான்.

வலது முன்கையில் மணிக்கட்டிலிருந்து 4 செ.மீ. மேலே 3.5 x 2 செ.மீ. அளவு ஆழத்திற்கு படுக்கை வாட்டில் சாய்வான ஒரு வெட்டுக்காயம் காணப்பட்டது.

ஆட்டோவே ஓட்டிக்கொண்டிருந்திருக்கலாம்போல் இருக்கிறது என்றான் கதிரவன். பிணங்கள் தாறுமாறாகக் கிடந்தன. அந்த அறையின் கொள்ளளவு முப்பது பிணங்கள். ஆனால் அப்போது அங்கே சுமார் நூறு பிணங்கள் கிடந்தன. விபத்து, தற்கொலை, அனாதையாய் செத்தது என்று பலவிதமாக வரும் என்றான் கதிரவன். விபத்தில் மாட்டியதுதான் அதிகமாம்.

"ஆனால் நடிகைகள் தற்கொலை செய்து கொள்ளும்போதுதான் ஒரு விபரீத பிரச்சினை; அதற்காகவே இந்த வேலையை விட்டு விடலாம் போல் இருக்கிறது பெருமாள்...

அது என்ன விபரீதப் பிரச்சினை என்றால், நடிகையின் பிணம் உறவினர்களிடம் கொடுக்கப்படும் வரை அந்தப் பிணத்தைப் புணர்வதற்குப் பலபேர் அவனுக்கு நெருக்கடி கொடுக்கிறார்கள் என்றான். "பெரிய டாக்டர் சிபாரிசோடு எல்லாம் வருகிறார்கள். ஆயிரக்கணக்கில் பணம் தருகிறார்கள். பெரிய பிரச்சினையாக இருக்கிறது."

பெருமாள், நான் ஓரளவுக்கு உலகம் சுற்றிவிட்டேன். எனக்கு விண்வெளியில் சென்று, பூமி சுற்றுவதைப் பார்க்க வேண்டும் என்று ஆசை. அதற்காகப் படித்துக்கொண்டே சம்பாதிக்கிறேன். ஆவணப் படங்களுக்கு கேமராவுமன். வாலண்டினா தெரஷ்கோவா 48 முறை பூமியைச் சுற்றினாள்.

இந்த நீலநிறக் கோளம், இருளில் ஒளிரும் அழகை நீங்களும் நானும் சேர்ந்து பார்க்க வேண்டும். நமக்குத் தெரிந்த ஒரே ஒரு உயிரின் பிறப்பிடம் எவ்வளவு பிரமை தரும் அல்லவா? பெருமாள், நாம் போவோமா? ஒருமுறை சுற்றிவிட்டு நம் பூமியின் ஒரே ஒரு உபகிரகத்தை, சந்திரனைப் பார்த்துவருவோம்.

என்னடா இவள் நம்மை அரோரா போரியலிஸ் பார்ப்போம் வா, விண்வெளி சென்று பூமியைப் பார்ப்போம் வா என்கிறாளே, பைத்தியமோ என்ற சந்தேகம் வருகிறதா?

ஆனால் தமிழரசன் உயர்மட்டத்தில் செல்லப் பிள்ளையாக விளங்கியதற்கு அவன் ஒரு எழுத்தாளன் என்பது மட்டும் காரணம் அல்ல; அதிகாரம் யார் கையில் இருக்கிறதோ அவர் காலில் விழுந்துவிடுவான். இப்படி அவன் முதல்வர் காலில் விழுந்து விழுந்து அவர் இப்போது அவனைத் தன் வளர்ப்பு மகன் என்றே சொல்ல ஆரம்பித்துவிட்டார். தமிழக அரசியலில் வளர்ப்பு மகன்களுக்குப் பஞ்சம் இல்லாதபடியால் இதுவும் அந்தக் கலாச்சாரத்துக்கு ஒத்ததாகவே இருந்தது.

ஆனாலும் தலைவர் தன்பக்கம் என்றாலும் கட்சியின் அத்தனை சீனியர்களையும் பகைத்துக்கொண்டு வாழ முடியுமா? எல்லோருக்குமே அவனுடைய 800 கோடி கண்களை உறுத்திக்கொண்டிருந்ததைத் தன் உள்ளுணர்வால் உணர்ந்த தமிழரசன், அரசியல் நடவடிக்கைகளிலிருந்து கொஞ்சம் ஒதுங்கியிருக்கத் தலைப்பட்டான். அதன் விளைவாக

திடீரென்று தன்னுடைய பழைய கவிதைகளைத் தூசு தட்டி வெளியிட ஆரம்பித்தான். விரைவிலேயே ஒரு தொகுப்பாக வரும் அளவுக்குச் சேர்ந்துபோனது அந்தக் கவிதைகள்.

பெருமாளுக்கு போன் போட்டு தன் கவிதைத் தொகுதி வெளியீட்டு விழாவுக்கு வரச்சொல்லி நச்சரிக்க ஆரம்பித்தான். 'நாம் என்ன இண்டெலக்சுவல் விபச்சாரியா?' என்று எரிச்சலடைந்தான் பெருமாள். இவன்கள் பாட்டுக்கு அரசியலில் புகுந்து சம்பாதித்துவிட்டு, தங்கள் இண்டெலக்சுவல் பிம்பத்துக்காக கவிதைத் தொகுதி வெளியிட்டால் அதைப் பற்றி நாம் பேச வேண்டுமா? முதலில் பத்தாயிரம் கோடிக்கு எத்தனை பூஜ்யம் என்று கண்டுபிடிப்போம். பிறகு கவிதை பற்றிப் பேசலாம் என்று நினைத்துக்கொண்டு தமிழரசனின் அழைப்பைத் தட்டிக் கழித்துக்கொண்டிருந்தான் பெருமாள். இருந்தும் விடாமல் போன் செய்துகொண்டிருந்த தமிழரசனிடமிருந்து எப்படித் தப்புவது என்று யோசித்த பெருமாள், தான் நடத்திக் கொண்டிருந்த இணையதளத்தின் பெயரைச் சொல்லி அதற்கு ஒரு லட்ச ரூபாய்க்கு விளம்பரம் தர முடியுமா என்று கேட்க, அதிலிருந்து தமிழரசனிடமிருந்து பெருமாளுக்கு போன் வருவது நின்றுபோனது.

அந்திப் பொழுதுகளெல்லாம்
நம் சிணுங்கலின் சத்தத்தில்
சிதறி ஓடும்.
இரவின் காதுகளெல்லாம்
நம் முத்தத்தின் சத்தத்தில் பதறி
அதிகாலையின் துணை தேடும்...

மெல்ல நகரும் பகலின்
கரங்களை நம் கனவுகள்
இழுத்துக் கொண்டு ஓடும்.
பொழுதுகளை எல்லாம்
தன் ஒற்றை விரலால்
நகர்த்தி நகர்த்தி
காதல் நம் உலகத்தை
ரம்மியமாக்குகிறது.

சாந்தினியிடமிருந்து இப்படி ஒரு ஆயிரம் வார்த்தைகள் - இல்லை, ஒரு லட்சம் வார்த்தைகள் வந்திருக்கும். இதையெல்லாம் எப்படி எதிர்கொள்வதென்று பெருமாளுக்குப் புரியவில்லை. நார்வேயில் பிறந்து வளர்ந்தேன் என்கிறாள். ஆனாலும் உலகம் பூராவும் டீன் ஏஜ் பெண்கள் இப்படித்தான் மெஸேஜ் அனுப்பிக்கொண்டிருக்கிறார்கள் என்று தோன்றுகிறது.

திடீரென்று ஒருநாள் சாந்தினியிடமிருந்து ஒரு அவசர அழைப்பு. போய்ப் பார்த்தால் ஒரு ட்ரக் அடிக்டைப்போல் அவளுடைய கைகள் நடுங்கிக்கொண்டிருந்தன. அளவுக்கு மீறி மெஸேஜ் அடித்து இப்படி ஆகிவிட்டது என்றார் டாக்டர். அதற்கு ஏதோ ஒரு பெயர் கூட சொன்னார். மறந்துவிட்டது...

(இந்தக் கதையின் ஆங்கில மொழிபெயர்ப்பு Morgue Keeper என்ற தலைப்பில் *தெஹல்கா* ஜனவரி 2010 இதழில் வெளிவந்தது. கதையின் தமிழ் வடிவம் இப்போதுதான் முதல்முதலாக வெளிவருகிறது).